२००९–१०

महाराष्ट्र राज्यनिर्मिति सुवर्णमहोत्सवानिमित्त
डायमंड पब्लिकेशन्सचा वैविध्यपूर्ण पुस्तकांचा प्रकल्प

प्रकल्पसंपादक : मा. प्राचार्य शिवाजीराव भोसले

महाराष्ट्रातील प्रसारमाध्यमे

काल आणि आज

(वृत्तपत्रे, आकाशवाणी, दूरचित्रवाणी)

संजय कोल्हटकर
प्रसाद कुलकर्णी

डायमंड पब्लिकेशन्स, पुणे

महाराष्ट्रातील प्रसारमाध्यमे – काल आणि आज

संजय कोल्हटकर
प्रसाद कुलकर्णी

प्रथम आवृत्ती – नोव्हेंबर २००९

ISBN 978 - 81- 8483 - 222 - 8

© डायमंड पब्लिकेशन्स, पुणे – ४११ ०३०

अक्षरजुळणी :
डायमंड पब्लिकेशन्स, पुणे

मुखपृष्ठ :
शाम भालेकर

प्रकाशक :
डायमंड पब्लिकेशन्स
२६४/३ शनिवार पेठ, ३०२ अनुग्रह अपार्टमेंट
ओंकारेश्वर मंदिराजवळ, पुणे–४११ ०३०
☎ ०२०–२४४५२३८७, २४४६६६४२
info@diamondbookspune.com

ऑनलाईन पुस्तक खरेदीसाठी भेट द्या
www.diamondbookspune.com

प्रमुख वितरक :
डायमंड बुक डेपो
६६१, नारायण पेठ, अप्पा बळवंत चौक,
पुणे–३०. ☎ ०२०–२४४८०६७७

गेल्या दीडशे वर्षात मराठी साहित्य, रंगभूमी आणि पत्रकारिता

या क्षेत्रांवर आपली नामुमुद्रा उठविणाऱ्या

कोल्हटकर परिवारातील, ***महादेवशास्त्री कोल्हटकर***

महाराष्ट्रमित्रकार ***गणेश नारायण कोल्हटकर,***

श्रीपाद कृष्ण कोल्हटकर

संदेशकार ***अच्युत बळवंत कोल्हटकर***

नटवर्य ***चिंतामणराव कोल्हटकर***

नटश्रेष्ठ ***चित्तरंजन कोल्हटकर*** *आणि*

प्रख्यात नाटककार ***बाळ कोल्हटकर***

या सप्तर्षींना अतीव श्रद्धापूर्वक...!

– संजय कोल्हटकर

मनोगत

मराठी माध्यमातील (वृत्तपत्रे, आकाशवाणी, दूरचित्रवाणी) या प्रसारमाध्यमांचा धावता आढावा घेतला आहे. याला शास्त्रशुद्ध इतिहास म्हणावे अशी अपेक्षा नाही, पण १८४० सालापासून सर्वसाधारण २१व्या शतकाच्या प्रारंभापर्यंतचा हा धावता आढावा आहे.

प्रसारमाध्यमांचा जवळपास १२५ वर्षांचा स्वातंत्र्यपूर्व कालावधी हा संघर्षाचा कालावधी आहे. हा संघर्ष दोन पातळ्यांवरील आहे. त्यातील एक भाग देशाच्या स्वातंत्र्यचळवळीशी निगडित आहे. या कालावधीत पत्रकार आणि माध्यमे यांनी महत्त्वाची भूमिका बजावली आहे. किंबहुना वृत्तपत्र हे या स्वातंत्र्यचळवळीचे महत्त्वाचे एक शस्त्र म्हणूनच वापरले गेले आहे आणि म्हणूनच अतिशय लोकोत्तर विद्वान आणि महापुरुष या माध्यमाच्या सान्निध्यात आले आहेत. यामुळेच प्रसारमाध्यमांच्या इतिहासात वैभवसंपन्न भर पडली आहे. दुसरी जबाबदारी जी माध्यमांनी कसोशीने पार पाडली आहे, ती प्रबोधन आणि सामाजिक परिवर्तनाची आहे. यातही अगदी 'दर्पण'च्या कालावधीपासून माध्यमे आघाडीवर आहे. त्याचाही मागोवा घेण्याचा हा प्रयत्न आहे.

यात सर्वच घटनांचे आणि प्रकाशनांचे उल्लेख आलेच आहेत असा आग्रह नाही. उपलब्ध साधने आणि पृष्ठांच्या व्यावहारिक मर्यादा यांचे भान ठेवून प्रसारमाध्यमांच्या इतिहास आणि वर्तमानाची सर्वसाधारण माहिती देण्याचा हा प्रयास आहे. तो तंतोतंत आणि बिनचूक आहे असे म्हणण्याचे धाडस मी करणार नाही.

वाचकांना हा प्रयत्न मराठी प्रसारमाध्यमांची सर्वसाधारण कल्पना देण्यात यशस्वी झाला तर हे पश्चिम फलद्रूप झाले असे म्हणता येईल. ज्यांचे उल्लेख यात आले नसतील ते निव्वळ लेखकाच्या अज्ञानामुळे आलेले नाहीत. त्यात कोणाचाही अधिक्षेप करण्याचा हेतू नाही; असे मानून या चुकांबद्दल वाचक उदार भूमिका घेतील असा विश्वास आहे.

वृत्तपत्रे ह्या महत्त्वपूर्ण माध्यमाबरोबरच आकाशवाणी, दूरचित्रवाणी ह्या प्रसारमाध्यमांचाही विस्तृत आढावा घेण्यात आलेला आहे. मनोगतात त्यांचा केवळ ओझरता उल्लेख केलेला आहे एवढेच!

– लेखक

लेखकपरिचय

संजय कोल्हटकर

- □ साहित्य पत्रकारिता आणि नाट्य क्षेत्रातील कोल्हटकर परिवाराचा सदस्य.
- □ पत्रकारितेचे पदव्युत्तर शिक्षण पुणे येथे.
- □ 'होरा' या साप्ताहिक व 'तरुण भारत' पुणे वृत्तपत्रांशी संबंध.
- □ १८९७ मधे गणेश नारायण कोल्हटकर यांच्या प्रकाशन थांबलेल्या 'महाराष्ट्रमित्र' या साप्ताहिकाचा१९७८ साली पुनःप्रारंभ केला. १९८५ साली त्याचे दैनिकात रूपांतर केले व संपादनाची जबाबदारी पार पाडली.
- □ काही काळ महाड येथे दैनिक शिवतेजचे कार्यकारी संपादकत्व.
- □ राज्य नाट्य स्पर्धा आणि विविध एकांकिका स्पर्धातून अभिनयाची पारितोषिके, सातारच्या 'अद्वैत रंगभूमी' या संस्थेचा संस्थापक सदस्य.
- □ महाविद्यालयीन काळात १९६८ ते ७७ पर्यंत विद्यार्थिपरिषदेत सक्रिय.
- □ काही काळ भाजपाचा सातारा जिल्ह्याचा प्रवक्ता म्हणून कार्य केले.
- □ राजकीय, सामाजिक आणि सांस्कृतिक क्षेत्रात प्रभावी वक्ता म्हणून सातारा भागात मान्यता.
- □ सलग आठ वर्षे सातारा नगर वाचनालयाचा कार्यकारिणी सदस्य.
- □ सातारचा रहिवासी.

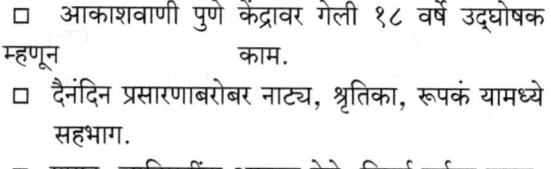

प्रसाद कुलकर्णी

- □ आकाशवाणी पुणे केंद्रावर गेली १८ वर्षे उद्घोषक म्हणून काम.
- □ दैनंदिन प्रसारणाबरोबर नाट्य, श्रृतिका, रूपकं यामध्ये सहभाग.
- □ गायन, जाहिरातींना आवाज देणे, निसर्ग पर्यटन याचा छंद.
- □ महाराष्ट्र राज्य मराठी तसंच संस्कृती एकांकिका स्पर्धांतून सहभाग
- □ काही कार्टुन फिल्म्समध्ये निरनिराळ्या पात्रांसाठी आवाज दिला आहे.

अनुक्रमणिका

१. लोकशाहीचा चौथा स्तंभ १

२. मराठी वृत्तपत्रे ६

३. सुधारणावादाचा प्रारंभ २३

४. बहुजनसमाजाचा प्रवेश २७

५. आजची अवस्था ६६

६. अविस्मरणीय व्यक्तिमत्त्वे ७५

७. महाराष्ट्रातील श्राव्यमाध्यम – आकाशवाणी ९३

८. आकाशवाणीचा अमूल्य सहभाग ११४

९. दूरदर्शन आणि दूरचित्रवाणी १२१

लोकशाहीचा चौथा स्तंभ

''तुझ्या मताचा मी अत्यंत तिरस्कार करतो; पण तरीही तुझे मत मांडण्याचा अधिकार अबाधित राहावा म्हणून मी प्राणपणाने लढेन.'' अशा अर्थाचे वचन इंग्लंडच्या संसदेने आपल्या लोकशाही व्यवस्थेसाठी अंगभूत मानले आहे. सामान्य माणसाचे आचार-विचार आणि अभिव्यक्तीचे स्वातंत्र्य अबाधित राहावे म्हणून लोकशाही व्यवस्थेचा उदय झाला. या लोकशाहीचे चार आधारस्तंभ मानले जातात. त्यात संसद, न्यायालये, प्रशासन यांच्या बरोबरीने वृत्तपत्रे आणि आजच्या भाषेत प्रसारमाध्यमे हा एक स्तंभ मानला जातो.

उपरोक्त चार स्तंभांपैकी कोणताही स्तंभ दुर्बल अगर दुर्लक्षित झाला तर त्याचा परिणाम थेट लोकशाही व्यवस्थेवरच होतो, ज्याची विखुरलेली उदाहरणे आपल्याला जगभरात पाहावयास मिळतात. म्हणूनच लोकशाहीत 'वृत्तपत्रे' आणि 'प्रसारमाध्यमे' या शब्दांना आणि त्यांच्या अपेक्षित कामाला अनन्यसाधारण महत्त्व आहे.

ज्यांचा उल्लेख मराठीत 'प्रसारमाध्यमे' आणि इंग्रजीत 'मीडिया अगर प्रेस' या नावाने केला जातो; त्याचा प्रारंभ आकाशवाणी आणि दूरदर्शनचा प्रारंभ होण्यापूर्वी किंबहुना त्यांची कल्पना सुचण्याआधी मुद्रणाच्या साहाय्याने झाला असल्याने, जे 'प्रेस' करून अगर खिळ्यावर दाबून कागदावर प्रकटते, त्या प्रक्रियेला 'प्रेस' या तांत्रिक नावाने संबोधले जाऊ लागले. कालांतराने ही प्रक्रिया सत्ताधीशांपासून ते सर्वसामान्य नागरिकांपर्यंत साऱ्यांच्याच दृष्टीने परवलीचा शब्द बनली. जिच्यात अनेक गुणांचा समावेश आहे, तशीच ती अंगभूत दुर्गुणांनीही व्यापली आहे.

त्यामुळे ज्याला **'मुद्रित माध्यम'** अगर **'वृत्तपत्र'** या नावाने आपण ओळखतो, त्या प्रक्रियेचा प्रारंभ छपाईच्या तंत्रातून झाला, हे विसरून चालणार नाही. म्हणून आज घडीलाही संपर्काची आणि जनसंवादाची अत्याधुनिक आणि अधिक गतिमान साधने अस्तित्वात आली असली तरी 'मुद्रित माध्यमे' अगर 'वृत्तपत्रां'चे महत्त्व आजही अबाधित आहे.

वृत्तकथन – मानवी प्रवृत्ती

धोक्याची जाणीव करून देणे आणि आनंदात सहभागी करून घेणे, हा मानवच नव्हे तर सर्व प्राणिमात्रांचा मूलभूत स्वभाव आहे. त्यामुळे जंगलात झाडावर बसलेली माकडे आसपास खाली चरणाऱ्या हरणांना अगर गवत खाणाऱ्या प्रतिकारहीन प्राण्यांना त्यांच्यावर येऊ घातलेल्या संकटांची कल्पना चीत्कार करून देतात आणि वसंताचे आगमन झाल्याचा आनंद 'कोकिळा' आणि पाऊस येत असल्याचे शुभ वर्तमान 'पावशा' आपल्या ध्वनीने निसर्गात प्रसारित करतो. त्यामुळे बातमी, वृत्त ते बरे–वाईट कसलेही असो, निसर्गात पसरवण्याची वृत्ती ही निसर्गातील सर्वच प्राणिमात्रांची मूलभूत प्रवृत्ती आहे, जिचा वापर प्रत्येक प्राणी आपल्या बौद्धिक मगदुराप्रमाणे करत असतो. मानव हा आजवरचा सर्वांत बौद्धिक विकास झालेला प्राणी असल्याने या भावनेचा वापर तो सर्वाधिक प्रभावीपणे करतो. त्याचेच आजचे मूर्तरूप म्हणजे 'मीडिया' अगर 'माध्यम' आहे.

३५ हजार वर्षांपूर्वी मानवाला स्वरांची आणि त्यातून बोलीभाषेची कला अवगत झाली, ज्यातून परस्पर संवाद सुलभ झाला. या स्वरांना चित्ररूप देऊन मानवाने लिपीची निर्मिती केली आणि आपले विचार स्वरांबरोबरच लिपीच्या साहाय्याने प्रकट करणे मानवाला शक्य झाले, ज्याला पुढे लेखनक्रिया या नावाने ओळखले जाऊ लागले; जो मुद्रित माध्यमाचा प्रारंभ होता.

रानटी अगर आदिमानवाच्या अवस्थेतून, मानव संघटित स्वरूपात आल्यानंतर त्याला अन्य टोळ्यांची माहिती मिळवण्याची गरज भासू लागली. ज्यातून हेरगिरीची सुरुवात झाली. हेरगिरीची गरज रोमन साम्राज्यापासून ते कौटिल्यापर्यंत साऱ्यांनीच ओळखली.

लोकांना माहीत नसलेली आसमंतातील घटना लोकांपर्यंत पोचवणे या कामाला वार्तांकन म्हणू लागले. 'न्यूज' या शब्दाची फोड नॉर्थ, ईस्ट, वेस्ट आणि साऊथ अशीही करतात. या चार दिशांना अगर या चार दिशांमध्ये जे घडते ती न्यूज.

काय घडले अगर घडू शकेल, हे सांगणे वृत्तपत्रांचे अपेक्षित काम मानले, तर या

कामाचा आणि रूढ अर्थाने आज वृत्तपत्रे म्हणून ओळखल्या जाणाऱ्या प्रकाराचा प्रारंभ ग्रीस देशात झाला. या साठी 'रंगभूमी' हे माध्यम वापरले गेले. ग्रीक नाटकातून प्रचलित स्थितीवर भाष्य आणि चुरचुरीत टीका या तंत्राचा वापर होऊ लागला. जो कमी अधिक प्रमाणात मराठी तमाशातील गण-गौळण आणि प्रारंभिक मराठी नाटकातील सूत्रधार-नटी संवादातूनही आढळून येतो.

प्राचीन काळातील
विटेवरील वार्तालाप

प्रारंभ

रोमन साम्राज्यात 'ॲव्हा डायरना' या नावाने विख्यात असलेली पत्रे लावली जात, ज्या पत्रात सरकारी घोषणा जनसामान्यांपर्यंत पोचवण्याची सोय होती. यात लोकांना सावधगिरीच्या सूचना आणि सार्वजनिक महत्त्वाच्या सूचना जाहीर केल्या जात. विविध राजवटींत 'न्यूज रायटर्स'चा समावेश असे. कीर्तनपरंपरेतही हे काम काही प्रमाणात केले जात होते. याचा त्या काळातला प्रमुख उद्देश संदेशवाहनाचा होता.

पत्रकाराचे वर्णन 'जॅक ऑफ ऑल ट्रेड्स, मास्टर ऑफ नन्' असे केले जाते. त्यामुळे पत्रकार विद्वान नसला तरी बहुश्रुत असावा, ही सर्वसाधारण अपेक्षा असते. जी माध्यमांच्या प्रारंभापासून बाळगली जात आहे.

वृत्तपत्राची सुरुवात

आज आपण ज्यांना 'मुद्रित माध्यम' अगर रूढ अर्थाने आणि लोकप्रिय अर्थाने 'वृत्तपत्र' म्हणून ओळखतो, त्याचा प्रारंभ मात्र पंधराव्या शतकात झाला. याला प्रारंभी 'हॅण्ड बिल' अगर जाहीर करण्याची गोष्ट म्हणजे जाहिरात म्हणत. हस्तलिखित स्वरूपात एखादी बातमी लोकांपर्यंत पोचवण्याला मानवी मर्यादा होत्या. या मर्यादा मुद्रणकलेच्या शोधाने गळून पडल्या. सर्वसामान्यांपर्यंत चटकदार बातम्या, धोक्याच्या सूचना, राजाज्ञा आणि याबरोबर उपयुक्त आणि आवश्यक सामान्य आणि व्यावसायिक

माहिती पुरवण्याचे सोपे आणि स्वस्त साधन म्हणून वृत्तपत्र उदयास आले.

वृत्तपत्राचा प्रारंभ हॉलंडमध्ये झाला असला तरी वृत्तपत्रांचा विकास इंग्लंडमध्ये झाला. ब्रिटिश साम्राज्यावरील सूर्य कधी मावळत नाही, अशी ख्याती असलेल्या या साम्राज्याचे प्रतिनिधित्व करणाऱ्या 'ईस्ट इंडिया कंपनी'च्या काळात वृत्तपत्र हे माध्यम १८ व्या शतकात भारतात येऊन पोहोचले. येथून भारतीय वृत्तपत्रे अगर मुद्रित माध्यमांचा प्रारंभ झाला.

मुद्रणाचा प्रारंभ

'ईस्ट इंडिया कंपनी'चा ब्रिटिश नोकर विल्यम बोल्ट याने १७६६ साली कोलकाता येथे पहिले मुद्रणालय सुरू केले. परंतु विल्यम बोल्ट हा कंपनीचा नोकर होता. त्याने कंपनीच्या गैरकारभारावर ५०० पानांचे इंग्रजी पुस्तक प्रकाशित केल्याने दोन वर्षांतच त्याची भारतातून उचलबांगडी करून त्याला इंग्लंडला परत पाठविण्यात आले. पण भारतीय मुद्रणकलेचा उद्गाता म्हणून बोल्टचे नाव आपल्याला स्मरावेच लागेल.

यानंतर आज संगणकीय भाषेत ज्याला 'ए फोर' आकार म्हणून ओळखले जाते, त्या आकारातील आणि मुद्रणभाषेत १/४ डेमी आकाराचे पहिले वृत्तपत्र १७८० साली कोलकात्ता येथेच जन्मास आले.

'ईस्ट इंडिया कंपनी'चे संकल्पित उद्दिष्ट संपूर्ण भारतात राज्य करणे हे असले, तरी अठराव्या शतकाच्या उत्तरार्धात कंपनीचा जम कोलकाता, बंगाल आणि उत्तर प्रदेशचा काही भाग येवढाच मर्यादित असल्याने इंग्लंडमधील तांत्रिक सुधारणांसह सर्व सुधारणांचे वारे प्रथम कोलकात्यातच वाहू लागले; यात नवल वाटण्याचे काही कारण नाही.

हिकीचे गॅझेट

१७८० साली कोलकात्यात जन्मास आलेल्या पहिल्या भारतीय वृत्तपत्राची भाषा इंग्रजी आणि नाव 'बेंगाल गॅझेट' असे होते. याचा संपादक आणि कर्ता 'जेम्स ऑगस्टस् हिकी' हा होता. त्यामुळे 'हिकीज बेंगाल गॅझेट' या नावाने हे वृत्तपत्र परिचित होते. या वृत्तपत्राचे धोरण मान्य न झाल्याने कंपनी सरकारने हिकीची 'डाक' (टपाल) सवलत काढून घेतली; पण तरीही न डगमगता हिकीने २० माणसे नेमून वृत्तपत्र वितरित करण्याचे काम चालू ठेवले; पण शेवटी काही आक्षेपार्ह लिखाणावरून हिकीवर खटला झाला. त्या काळात फार मोठा वाटणारा ५०० रुपये दंड आणि चार महिने कारावास अशी शिक्षा हिकीस देऊन हे वृत्तपत्र बंद पाडले गेले.

१७८१ साली 'दि इंडिया गॅझेट' या नावाने कंपनी सरकारची भलावण करणारे एक वृत्तपत्र सुरू झाले. पण ते फारसे नावारूपास आले नाही. हे वृत्तपत्र लगेचच बंद पडले.

सध्याच्या महाराष्ट्रातील आणि तत्कालीन मुंबई परगण्यातील पहिले भाषिक वृत्तपत्र, जे बहुधा आशिया खंडातील पहिले भाषिक वृत्तपत्रही होते; ते गुजराती भाषेतून मुंबईहून प्रकाशित झाले, ज्याचे नाव 'मुंबई समाचार' असे होते. याची सुरुवात जुलै १८२२ मध्ये झाली आणि आजच्या महाराष्ट्रभूमीत वृत्तपत्राचा उदय झाला. या नंतरचा काही काळ वृत्तपत्रांवर गुजराती आणि इंग्रजी भाषेचेच प्रभुत्व राहिले. गरजेनुरूप थोडा फार मराठी मजकूर त्यात प्रकाशित होत असे.

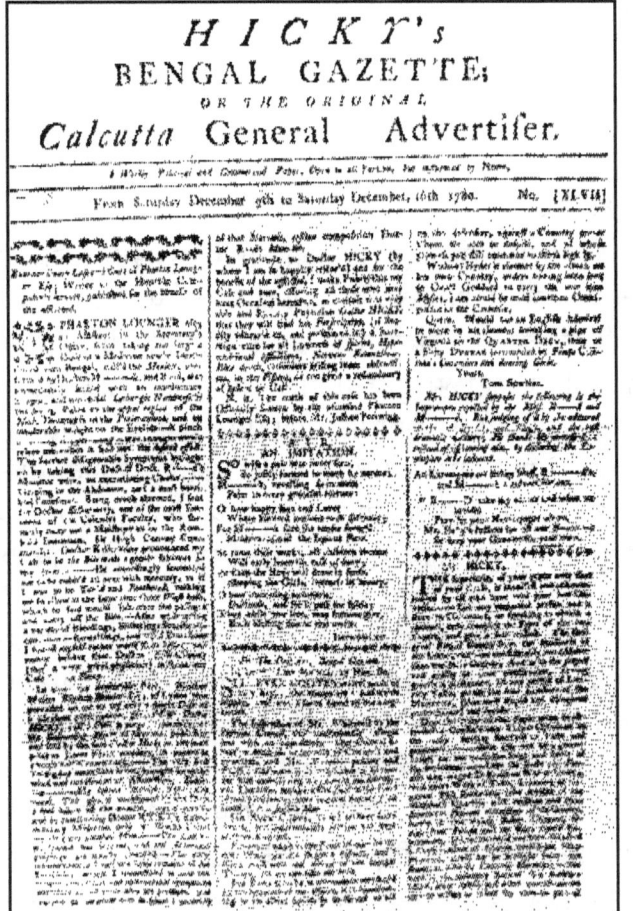

HICKY's
BENGAL GAZETTE;
OR THE ORIGINAL
Calcutta General Advertiser.

From Saturday December 9th to Saturday December 16th 1780. No. [XLVII]

भारतातील पहिले वृत्तपत्र

मराठी वृत्तपत्रे

प्रारंभीची ३० वर्षे...

महाराष्ट्रातील भाषिक वृत्तपत्रांचा प्रारंभ मुंबईत झाला ही गोष्ट स्वाभाविकच मानावी लागेल. याचे एक महत्त्वाचे कारण ब्रिटिशांच्या आगमनामुळे त्यांच्या पाठोपाठ सधन आणि व्यापारीवृत्तीचा पारशी समाज गुजरातला काहीसा कंटाळून मुंबईत आला होता. हा समाज आर्थिकदृष्ट्या संपन्न होता. पारशी समाजात शिक्षणाचे प्रमाण पुरेसे होते. व्यापारासाठी इंग्रजांचा अनुनय करावा लागत असल्याने इंग्रजीभाषाही त्यांनी अवगत करून घेतली होती. त्यांची मातृभाषा गुजराती असल्याने प्रारंभीची प्रकाशित झालेली एतद्देशीय वृत्तपत्रे ही प्रामुख्याने गुजरातीच होती. याबरोबर इंग्रजांचा शिरकाव देशात सुरू झाला असला तरी त्याला मर्यादा होत्या.

पेशवाईमुळे ज्यांचा फायदा झाला होता असा साक्षरवर्ग पुण्यात असला तरी त्यातील बहुतेकांचा आधुनिक ज्ञानाशी फारसा संबंध आला नव्हता. त्यामुळे इंग्रज आणि त्यांच्या आधाराने चाललेला व्यापार, शिक्षणप्रसार आणि उपजीविका यांचे प्रमुख केंद्र मुंबई हेच होते.

तरीही पेशवाई खालसा झाल्यावर शनिवार वाड्यावर युनियन जॅक फडकविणाऱ्या देशद्रोही बाळाजीपंत नातू यांच्या डोक्यात १८१८ च्या आसपास पुण्यात मराठी वृत्तपत्र काढावे अशी कल्पना असावी. या कल्पनेने भारावलेल्या कमिशनर म्हणून आलेल्या चॅपलिन या इंग्रजी अधिकाऱ्याने,

'अशा स्वरूपाचा प्रयत्न झाल्यास मराठी माणसाची शैक्षणिक स्थिती सुधारेल.'

अशा शब्दांत या कल्पनेची भलावण केली असली तरी

'सत्ता गेली असल्याने क्षुब्ध झालेला सत्ताहीनांचा जो गट आहे त्यांच्या सरकारविरोधी संतप्त विचारांना या पत्रात स्थान असता कामा नये,'

असेही त्याने बजावले होते. अर्थात, हा प्रयत्न यशस्वी झाला की नाही आणि बाळाजीपंत नातूंचा मनोदय शेवटास गेला की नाही? याचा नेमका खुलासा मात्र होत नाही.

यानंतर मराठी पत्रकारितेत ज्यांचा उल्लेख 'मराठी वृत्तपत्रांचे जनक' म्हणून केला जातो, त्या बाळशास्त्री जांभेकर यांचे 'दर्पण' या वृत्तपत्राची ओळख पहिले मराठी वृत्तपत्र या नावाने होत असली तरी या प्रयत्नांपूर्वी फक्त मराठी भाषेतील वृत्तपत्र काढण्याचा एक प्रयत्न निश्चितपणे झाला असावा. या वर्तमानपत्राचे नाव **'मुंबापुरी वर्तमान'** असे होते. याची जाहिरात १८२८ साली जुलै महिन्यात ' बाँबे गॅझेट आणि बाँबे कुरिअर्स' या अंकात पाहावयास मिळते. यावरून २० जुलै १८२८ रोजी 'मुंबापुरी वर्तमान' हे पहिले मराठी वृत्तपत्र मुंबईतून सुरू झाले असले तरी ते किती काळ चालले आणि त्याचे पुढे काय झाले? याचा उलगडा कोठेच होत नाही.

मराठी वृत्तसृष्टीचा जन्म

'मुंबापुरी वर्तमान'चा अपवाद वगळला तर मराठी वृत्तपत्राचे जनकत्व बाळशास्त्री जांभेकर यांच्याकडेच जाते हे मात्र निर्विवाद! 'दर्पण' हेच मराठी भाषेतले कागदोपत्री उपलब्ध असलेले रूढअर्थाने पहिले मराठी वृत्तपत्र होय.

इंग्रजांच्या आगमनानंतर आधुनिक शास्त्रांशी नाते जुळलेली विद्वानांची पहिली पिढी देशभरात पुढे आली. त्या पिढीचेच प्रतिनिधित्व बाळशास्त्री जांभेकर हे करत होते, असे मानले तर ते वावगे ठरू नये.

धर्म, विचार आणि संस्कृत, या पलीकडे ज्ञानाच्या अनेक शाखा अनेक भाषांतून अवगत आहेत आणि मानवाच्या भौतिक प्रगतीसाठी या ज्ञानाने संपन्न होणे गरजेचे आहे; हेही या पिढीला उमगू लागले होते. इंग्रजीचा प्रसार हा फक्त राज्यकर्त्यांच्या माध्यमातूनच होत नसून तो ख्रिस्ती धर्मप्रसारकांच्या माध्यमातूनही होत होता आणि त्यामुळे ख्रिस्तीधर्माचे गुणगान गाताना येथील समाज, त्यातील बऱ्यावाईट चालीरीती आणि अनिष्ट समजुती आणि प्रथा यावर होणारे हल्ले या नव-शिक्षितांच्या दृष्टीस येत होते.

यात काहीसा अतिशयोक्तीचा भाग असला तरी ते आरोप तथ्यहीन नाहीत, याची खात्री या नवसाक्षरांना पटली होती. त्यामुळे ते आपला धर्म आणि समाज यांचा नव्याने विचार करून आवश्यक ते सामाजिक बदल करण्यास सिद्ध झाले होते. दर्पणकार बाळशास्त्री जांभेकर हे महाराष्ट्रातील पारंपरिक विचारांच्या पलीकडे जाऊन नव्याने विचार करणाऱ्या पहिल्या पिढीचे प्रतिनिधी होते.

इंग्रजांचे आणि त्यांच्या बरोबरीने युरोपीय विचार, साहित्य, शास्त्रे, राज्यपद्धती ह्यांचे आगमन बंगालमध्ये अठराव्या शतकाच्या पूर्वार्धात झालो असल्याने ह्या विचारप्रक्रियेची सुरुवात त्याआधीच झाली होती. त्याची प्रचिती 'राजा राममोहन रॉय' यांच्या सारख्या समाज सुधारकांच्या रूपाने आली होती.

बाळशास्त्री जांभेकरांचा जन्म कोकणातील देवगडजवळील पोंभुर्ले या गावी १८१२ साली झाला. वयाच्या अवघ्या १३ व्या वर्षी म्हणजे १८२५ साली ते आधुनिक शिक्षणासाठी मुंबईत आले. त्यांनी इंग्रजीचा अभ्यास सुरू केला. बाळशास्त्रींना एकूण १३ भाषा अवगत होत्या. वयाच्या अवघ्या १८ व्या वर्षी बापूशास्त्री छत्रे यांच्या आश्रयाने विद्याभ्यास पूर्ण केलेल्या बाळशास्त्रींची ' हेंदवी शाळा पुस्तक मंडळा'चे भारतीय सचिव म्हणून नेमणूक झाली. १८३१ साली म्हणजे वयाच्या अवघ्या १९ व्या वर्षी त्यांनी ग्रंथलेखनास आरंभ केला. वयाच्या २० व्या वर्षीच मराठी वृत्तपत्रसृष्टीची मुहूर्तमेढ रोवणाऱ्या 'दर्पण' या मराठी वृत्तपत्राचा प्रारंभ झाला.

बहुभाषिक बाळशास्त्रींना बंगालीही अवगत असल्याने त्यांच्यावर बंगालमधील सामाजिक चळवळींचा प्रभाव नकळत पडतच होता. 'दर्पण' मराठीत मजकूर देत असले तरी तोच मजकूर त्याच्या शेजारी इंग्रजीतही प्रकाशित होत असे. सुरुवातीस पाक्षिक स्वरूपात प्रकाशित होणारे हे वृत्तपत्र वाचकांच्या अतीव आग्रहामुळे चारच महिन्यांत साप्ताहिक झाले आणि दर आठवड्यास प्रकाशित होऊ लागले.

मराठी वृत्तपत्र सृष्टीचे आद्य पुरुष
बाळशास्त्री जांभेकर

THE
BOMBAY DURPUN.
दर्पण

ORIGINAL CORRESPONDENCE.

'दर्पण' हे नाव निवडण्यामागे बाळशास्त्री जांभेकरांवर बंगालमध्ये प्रकाशित होणाऱ्या 'समाचार दर्पण' चा प्रभाव असण्याची शक्यता आहे. साप्ताहिकाचा उद्देश पाश्चात्त्य विचारांची गोडी मराठी समाजास लागावी, समृद्धी आणि स्व-कल्याण या संबंधी विचार करण्यासाठी व्यासपीठ उपलब्ध व्हावे, सामाजिक सुधारणांवर विचार मंथन व्हावे हा होता.

सामाजिक सुधारणांसंबंधी आग्रही असलेले दर्पण वाचकांचे स्वातंत्र्यही तेवढेच महत्त्वाचे मानत असे. त्यामुळे संपादकीय धोरण आणि विचार यांच्या विरोधातील मतांनाही त्यात योग्य स्थान मिळत होते. संपादकीय चुकांबद्दल दिलगिरी व्यक्त करण्याचे मोठेपणही दर्पणकारांकडे होते, हे त्याचे लक्षणीय वैशिष्ट्य होते. इंग्रजी विद्यांचा विचार करताना भारतीय विद्या आणि विद्वत्तेचा रास्त अभिमानही दर्पण बाळगत होते. बुद्धिमत्ता आणि विचारशक्ती ही इंग्रजांची मक्तेदारी नाही, यावर दर्पणकारांचा विश्वास होता. दर्पणचा खप त्या काळात ३०० प्रतींच्या जवळपास होता.

१८४० मध्ये मराठी साक्षरांच्यात लोकप्रिय झालेले दर्पण अनाकलनीयरीत्या बंद करण्यात येऊन ' युनायटेड सर्व्हिस गॅझेट' मध्ये विलीन करण्यात आले. उण्यापुऱ्या ८ वर्षांत आपली छाप उठवून 'दर्पण' अंतर्धान पावले. पाठोपाठ १८४६ मध्ये दर्पणकारांचे निधन झाले आणि मराठी वृत्तपत्रसृष्टीचा लक्षणीय प्रारंभ करण्याच्या प्रकरणाचा शेवट झाला.

दर्पणच्या लोकप्रियतेकडे पाहून त्याच्याशी स्पर्धा करण्याच्या हेतूने १८४० साली पूर्ण मराठीतील ' मुंबई अखबार' हे वृत्तपत्रही सुरू झाले पण ते लगेचच बंद पडले.

प्रभाकरचा उदय

दर्पण बंद पडल्यावर पाठोपाठ वर्षभरातच २४ ऑगस्ट १८४१ साली गोविंद विठ्ठल कुंटे यांनी 'प्रभाकर' या नावाने पूर्ण मराठी वृत्तपत्र सुरू केले, जे पुढे सलग २० वर्षे सुरू होते. या वृत्तपत्राचे संपादक हे बाळशास्त्री जांभेकरांचे सहअध्यायी होते आणि खऱ्या अर्थाने मराठीतले पहिले पूर्णवेळ पत्रकार म्हणून त्यांची दखल वृत्तपत्राच्या इतिहासात घेतली गेली.

प्रभाकर

१८३२ पासून मराठी वृत्तपत्रसृष्टी आपल्या मार्गावरून धिम्या गतीने वाटचाल करत असताना जागतिक पातळीवर मात्र मोठ्या प्रमाणावर बदल प्रामुख्याने तंत्रज्ञान आणि वाहतूक या क्षेत्रांत होत होते. त्यांतील एक बदल म्हणजे इंग्लंडहून भारतात येण्यास या कालावधीपर्यंत आफ्रिकेला वळसा घालून समुद्रमार्गे यावे लागत असल्याने होणारा विलंब टळू लागला. त्यामुळे इंग्लंडमधील आणि युरोपीय देशातील वृत्तपत्रे भारतात लगेचच उपलब्ध होऊ लागली.

'प्रभाकर'च्या संपादकांचे वैशिष्ट्यही वाखाणण्याजोगे होते. बाळशास्त्री दर्पणचे संपादक असले तरी ते सरकारी नोकरीतही होते. त्यामुळे इंग्रजांच्या फार विरोधी जाण्याची शक्यता त्यांच्या बाबत संभवत नव्हती. त्यामुळे कंपनी सरकारच्या संदर्भातील त्यांचे लिखाण हे सुरक्षित अंतरावरून आणि तोलूनमापून होत होते. याचा अर्थ ते अनिष्ट गोष्टींची पाठराखण करत होते; असा काढण्याचे कारण नसले तरी त्यांच्या लिखाणाला काही स्वाभाविक मर्यादा होत्या.

गोविंद विठ्ठल कुंटे हे विद्वत्तेच्या पातळीवर बाळशास्त्रींच्या जवळपासच असले तरी त्यांना 'वृत्तपत्रस्वातंत्र्य' ही त्या काळात नव्याने आकार घेत असलेली कल्पना मोहवत असल्याने त्यांनी 'पत्रकारिता' हाच आपला व्यवसाय मानला. ब्रिटिशांची अगर कोणाचीच नोकरी करणे टाळून आपला स्वतंत्र बाणा त्यांनी कायम ठेवला.

कुंट्यांना आपल्या संस्कृतीत आणि चालीरीतींत काही अनिष्ट गोष्टी आहेत, हे मान्य असले तरी त्यांना स्वत्वाचा आणि संस्कृतीचा अभिमान होता. मातृभाषाभिमानही त्यांच्या नसानसांत खेळत होता. १८३५ साली इंग्लंडमध्ये वृत्तपत्रस्वातंत्र्याचा कायदा मंजूर झाल्याने त्याचे पडसाद भारतीय विद्वान आणि विचारवंतातही उमटत होते. त्याचा परिणाम कुंट्यांवर झाल्याखेरीज कसा राहणार ?

याचबरोबर प्रभाकरच्या संपादकांची ही लढाई दोन आघाड्यांवर होती. म्हणून ती अधिकच अवघड होती. एकीकडे अनिष्ट चालीरीतींचा पुरस्कार करणाऱ्या धर्ममार्तंडांच्या विरोधात ते लढत होते. त्याच वेळी स्व-भाषा आणि स्वदेशाभिमानाचा बाणा स्मरून नव्याने उदयास आलेल्या इंग्रज सरकारला 'चार बोल' खडेपणाने सुनावत होते.

बाळशास्त्री जांभेकर आणि तत्कालीन सुधारणावादी विद्वानांनी सामाजिक रोषाला तोंड देण्यात शक्तिक्षय होऊ नये म्हणून शुद्धीप्रकरणात सनातन्यांनी दिलेली प्रायश्चित्ताची शिक्षा स्वीकारली होती; पण आपल्या संपादकीय धोरणावर ठाम राहून 'प्रभाकर'च्या कर्त्यांनी मात्र हा मार्ग कधीही पत्करला नाही. ते वृत्तपत्रस्वातंत्र्य आणि आपली तत्त्वे यांचा झेंडा या व्यवसायातून निवृत्त होऊन कायमच्या वास्तव्यासाठी नागपूरला जाईपर्यंत फडकवत राहिले. या व्यवसायातून एकदा निवृत्ती पत्करल्यावर परत मागे वळूनही न पाहण्याचा निरिच्छपणा त्यांनी आपल्या मृत्यूपर्यंत म्हणजे १८९० पर्यंत पाळला.

आधुनिक वृत्तपत्राच्या स्वरूपाची चाहूल प्रभाकरच्या रूपाने लागू लागली होती, असे म्हटले तर चुकीचे ठरणार नाही. भविष्यात टिळक, आगरकरांनी अंगीकारलेल्या पत्रकारितेच्या व्रताचा प्रारंभ, 'प्रभाकर'च्या रूपाने झाला होता, असे म्हटले तर चुकीचे ठरणार नाही.

प्रभाकरच्या पाठोपाठ आणखी तीन वृत्तपत्रे उदयास आली. त्यांपैकी ' ज्ञानसिंधू' मुंबईत सुरू झाले व 'ज्ञानोदय'चा प्रारंभ नगरहून झाला. 'ज्ञानोदय'चे प्रसिद्धीवर्ष १८४२ होते. यांपैकी 'ज्ञानसिंधू' पुढे पाच - सात वर्षे चालू राहिले. 'ज्ञानसिंधू'चे कर्ते दर्पणकार बाळशास्त्री जांभेकर आणि 'प्रभाकर'चे कर्ते कुंटे यांचे सहाध्यायी वीरेश्वर छत्रे हे होते. हे तिघेही तत्कालीन विद्वान ग्रंथकार सदाशिव काशिनाथ उपाख्य बापूशास्त्री छत्रे यांचे विद्यार्थी होते. हा योगायोग नक्कीच नव्हता.

'ज्ञानसिंधू' पुढे पाच - सात वर्षे चालू राहून बंद पडले. पत्रकारितेसाठी आवश्यक असणारी मानसिकता छत्रे यांच्याजवळ नसल्याने जनमानसात फारसे स्थान 'ज्ञानसिंधू' मिळवू शकले नाही.

पुण्यातून निघालेले पहिले वृत्तपत्र म्हणून 'ज्ञानप्रकाश'चा उल्लेख होत असला तरी 'ज्ञानसिंधू'चे संपादक विरेश्वर छत्रे यांनीच १८४४ साली पुण्यातून ' मित्रोदय' या नावाने वृत्तपत्र सुरू केले, जे पूर्णांशाने मराठी होते. अर्थात वीरेश्वर छत्रे यांना वृत्तपत्रसृष्टीत फारसे यश मिळाले नाही, ही गोष्ट मात्र खरी.

इंग्रजांची भारतातील राजवट स्थिरावू लागल्यावर मिशनरी धर्मप्रचारकांनी धर्मप्रसाराच्या दिशेने भारतात आपल्या कामास प्रारंभ करणे अपरिहार्य होते. याचा प्रारंभ मिशनऱ्यांनी बंगालमध्ये बंगाली वृत्तपत्र काढून केला होताच. पुढे १८१३ मध्ये महाराष्ट्रात मराठी मिशनची मुहूर्तमेढ रोवून महाराष्ट्रातील कामास मिशनने प्रारंभ केला. कालांतराने धर्मांतरासाठी स्थानिकांशी त्यांच्या भाषेत बोलणे गरजेचे आहे, हे ध्यानी आल्यावर त्यांनी मराठी भाषा शिकून धर्मप्रसारविषयक साहित्य प्रसिद्ध करण्यास प्रारंभ केला.

यातूनच पुढे नियमितपणे प्रकाशित होणाऱ्या मराठी वृत्तपत्राची कल्पना पुढे आली. पुण्या-मुंबईबाहेरचे पहिले मराठी वृत्तपत्र उदयास आले. हे साल होते १८४२ आणि वृत्तपत्राचे नाव होते 'ज्ञानोदय'. प्रकाशनाचा कालावधी वारंवार बदलले असले तरी त्याचे सातत्य मात्र आजअखेर कायम राहिले. आजही ज्ञानोदय मासिक स्वरूपात नियमितपणे प्रकाशित होते. विक्रमाच्या भाषेतच उल्लेख करायचे ठरवले तर इतकी वर्षे सातत्याने सुरू असलेले ते मराठीतील एकमेव नियतकालिक स्वरूपाचे प्रकाशन आहे.

'ज्ञानोदय' धर्मप्रसारासाठी सुरू झाले असले तरी त्यात उदयास पावलेली अनेक शास्त्रे आणि त्यांतील नवनवी संशोधने लोकांपर्यंत पोहोचवण्याचे काम सातत्याने होत होते.

'चित्राने चित्त वेधते' ही वृत्तपत्रशास्त्रात आज अतिरेकी स्वरूपात वापरली जाणारी कल्पना मर्यादित स्वरूपात वापरण्यास सुरुवात करण्याचा पहिला मान ज्ञानोदयकडेच जातो. मुलांसाठी स्वतंत्र मजकुराची पाने देऊन वृत्तपत्रे ही विद्वानांची मिरासदारी न ठेवता त्यात सर्व वयोगटाच्या आणि क्षमतेच्या वाचकांना सामावून घेण्याचा मराठीतील पहिला मान 'ज्ञानोदय'कडेच जातो. या पुरवणीचे पुढे 'बालबोध मेवा' या नावाने नवे प्रकाशनही सुरू झाले.

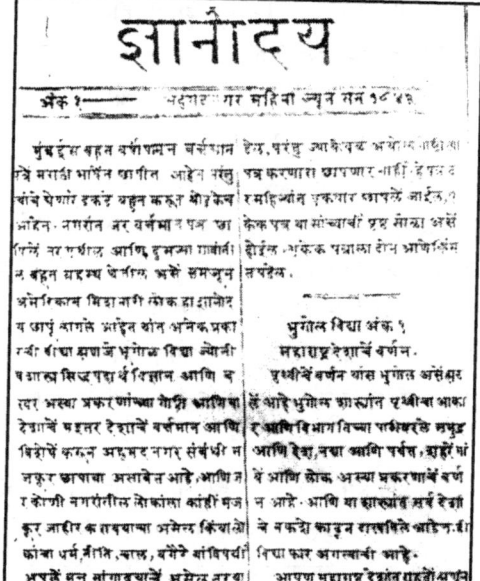

ज्ञानोदय

'ज्ञानोदय'च्या वेळो–वेळीच्या संपादकात एक नाव प्रकर्षाने घ्यावे लागेल, ते रेव्हरंड टिळकांचे. मराठी काव्यात ज्यांच्या नावाचा उल्लेख केल्याशिवाय पुढेच जाता येणार नाही ते ' सृष्टी तुला पाहुनी धन्य माते' सारख्या अप्रतिम कवितांचे कवी आणि 'स्मृतिचित्रे'कार लक्ष्मीबाई टिळक यांचे पती रेव्हरंड नारायण वामन टिळक आणि त्यांचे सुपुत्र देवदत्त टिळक यांनीही कालपरत्वे 'ज्ञानोदय'चे संपादक म्हणून काम पाहिले. धर्मप्रसार हे ज्ञानोदयचे प्रमुख उद्दिष्ट असले तरी मराठी वृत्तपत्राच्या इतिहासात ज्ञानोदयची कामगिरी अजोड आहे.

ज्ञानप्रकाशचा प्रारंभ

'ज्ञानोदय'च्या बरोबरीने सुरू झालेल्या आणि पुढे १०३ वर्षे सातत्याने चाललेल्या 'ज्ञानप्रकाश'चा उल्लेख केल्याशिवाय मराठी वृत्तपत्रसृष्टीचा अभ्यास पुढे जातच नाही.

१८४९ च्या फेब्रुवारी महिन्यात 'ज्ञानप्रकाश' सुरू झाले. ब्रिटिशांची राजवट हळूहळू स्थिर होऊ लागली होती. ते करत असलेल्या कायद्यांचा जाच वर्षानुवर्षे सत्ता भोगलेल्या, इनामदार, जमीनदारांना होत होता. याच सुमारास शिक्षणाचा प्रसारही बऱ्याच प्रमाणात वाढला होता. इंग्लंडमध्ये शिक्षणातून तिथल्या समाजात निर्माण झालेली स्वत्वाची जाणीव तेच शिक्षण घेतलेल्या भारतीयांमध्येही निर्माण होत होती. यातूनच

तुमचे ते सगळे चांगले आणि आमचे ते सारे हिणकस, या भावनेला छेद देणारा नवा पाश्चात्य विद्या धारण करणारा एतद्देशीय समाज विकास पावत होता.

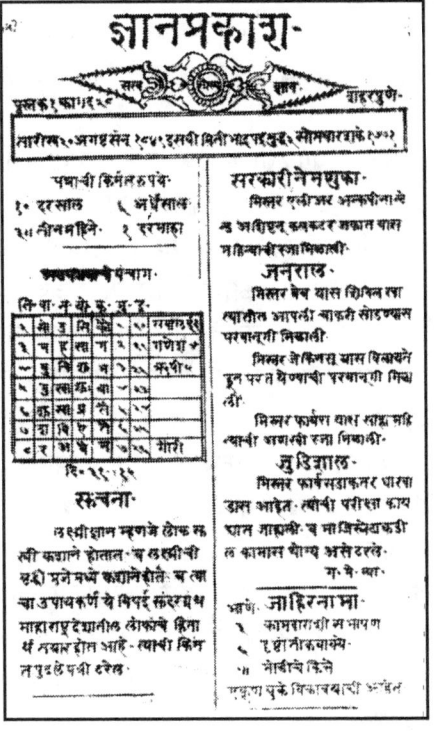

ज्ञानप्रकाश

सरकारी नेमणुका

जनराल

सूचना

जुडिशाल

जाहिरनामा

आमच्यात काही गोष्टी वाईट असल्या तरी आमचे परंपरागत ज्ञानधन अजोड आहे, याची जाणीव दोन्ही विषयांत अभ्यास करणाऱ्या एतद्देशीय प्राच्यविद्यापंडितांना होऊ लागली आणि त्यासाठी प्रकटीकरणाच्या माध्यमाची गरजही निर्माण झाली. यातूनच 'ज्ञानप्रकाश' १८४९ साली उदयास आला.

हे पत्र कृष्णाजी त्र्यंबक रानडे यांनी सुरू केले असले तरी त्याच्या संपादकमंडळात अनेक विद्वानांचा समावेश होता. केशव भवाळकर, कृष्णशास्त्री चिपळूणकर, लोकहितवादी देशमुख, महादेवशास्त्री कोल्हटकर, ही त्यातली काही दिग्गज नावे. 'ज्ञानप्रकाश' शिळा प्रेसवर छापला जाई. प्रथम ते साप्ताहिक होते. १८५३ साली त्याचे द्वि-साप्ताहिक झाले. १४ ऑगस्ट १९०४ पासून ज्ञानप्रकाश अखेरपर्यंत दैनिक स्वरूपात प्रकाशित झाले.

याचे व्यवस्थापन पुढे गोपाळ कृष्ण गोखले यांच्या भारत सेवक समाजाकडे आले. स्वातंत्र्य मिळाल्यावर दोनच वर्षांत आर्थिक भार सहन करण्यापलीकडे गेल्यामुळे हे वृत्तपत्र बंद करण्यात आले. या निमित्ताने मोठा लोक-क्षोभ उसळला. अनेक विचारवंत आणि नामवंतांनी ज्ञानप्रकाश बंद करण्यास विरोध करून पाहिला. पण शेवटी पैशाचे सोंग आणता येत नाही, हे सत्य वृत्तपत्रप्रकाशनात अनेकदा अधोरेखित होते.

प्रारंभीचा काही काळ वगळता मवाळ-जहाल गटातील मवाळांचे प्राबल्य 'ज्ञानप्रकाश'वर राहिले. त्यामुळे नेमस्त विचारांच्या विद्वानांचे प्राबल्य कायमच 'ज्ञानप्रकाश'वर राहिले. १८७० पासून न्या. म. गो. रानडे आणि गोखले यांच्या गटाचे प्राबल्य 'ज्ञानप्रकाश' आणि त्यातून प्रकाशित होणाऱ्या मजकुरावर राहिले. त्यामुळे जहाल मतवादी लोकांना आणि छुप्या क्रांतिकारी गटांना 'ज्ञानप्रकाश' आपले वाटले नाही. प्रारंभीच्या काळात इतर वृत्तपत्रांप्रमाणे शिक्षणाचा आणि नव्या ज्ञानाचा प्रसार हेच 'ज्ञानप्रकाश'चे धोरण होते.

सामाजिक प्रश्नांत कायमच 'ज्ञानप्रकाश'ने प्रागतिक भूमिका घेतली. प्राधान्याने स्त्रियांचे शिक्षण, सुशिक्षितांना व्यवसायमार्गदर्शन, शिक्षणविषयक सल्ला इ. विषयांत 'ज्ञानप्रकाश'ने मार्गदर्शन केले.

१८९० पर्यंत न्या. रानडे यांचे प्रभुत्व 'ज्ञानप्रकाश'वर होते. असे असले तरी लोकांना सोसावा लागणारा त्रास आणि होणाऱ्या अडचणी याबाबत'ज्ञानप्रकाश'ने कायम सडेतोड भूमिका घेतली. भाषा मवाळ असली तरी जिव्हाळ्याच्या विषयांकडे 'ज्ञानप्रकाश'ने कधीच दुर्लक्ष केले नाही.

तांत्रिकदृष्ट्याही १८६२ पर्यंत शिळा प्रेसवर छापले जाणारे 'ज्ञानप्रकाश' नंतर खिळे (टाईपाच्या साहाय्याने) वापरून छापले जाऊ लागले. अशा प्रकारे अक्षरमुद्रणाचा प्रारंभ झाला.

शंभर वर्षांच्या उण्या-पुऱ्या कालावधीतील 'ज्ञानोदय' आणि 'ज्ञान प्रकाश'ची संपादकांची यादी पाहा. 'ज्ञानोदय'च्या संपादिका प्रारंभी एक अमेरिकन महिला सी. डब्ल्यू. पार्क या होत्या. पुरुषप्रधान कालावधीचा पूर्ण भर असताना एक महिला, ती विदेशी का असेना? आणि तीही मराठी वृत्तपत्राची संपादिका असावी, ही गोष्ट आगळीवेगळी मानावी लागेल. यानंतर त्यांची गादी मिस ब्रूस, त्यानंतर मिस इ. एस. बिसेल यांनी हे काम पाहिले. त्यानंतर रे. ना. वा. टिळक, त्यानंतर देवदत्त टिळक हेही संपादक होते. रेव्ह. दि. शं. सावरकर, मनोहर उजगरे, रेव्ह. हिवाळे, र. ह. केळकर ही यांतील काही अन्य नामांकित नावे.

'ज्ञानप्रकाश'च्या संपादकपदी प्रारंभी कृष्णाजी रानडे होते. ते त्याचे चालकही होते. नंतर त्यांचे पुतणे वामनराव रानडे, मग ह. ना. गोखले यांनी 'ज्ञानप्रकाश'चा कारभार सांभाळला. भारत सेवक समाजाकडे 'ज्ञानप्रकाश' गेल्यावर न्या. म. गो. रानडे, नामदार गोपाळ कृष्ण गोखले, बा. मा. आंबेकर, काकासाहेब लिमये आणि शंकरराव गोखले यांनी 'ज्ञानप्रकाश'ची जबाबदारी संपादक म्हणून पार पाडली. ज्ञानप्रकाशच्या संपादकपदाची जबाबदारी पार पाडलेल्या काकसाहेब लिमये यांचे नाव पत्रकारितेच्या इतिहासात संयमी आणि विद्वान पत्रकार म्हणून घेतले जाते.

लोकमान्यांसारख्या तगड्या संपादकाच्या हातात 'केसरी'चा रथ असतानाही ज्ञानप्रकाशचे आगळेवेगळे स्थान वाचकांत कायम राहिले हे ज्ञानप्रकाशचे वैशिष्ट्य मानावे लागेल.

यानंतर १५ मे १८५२ ला 'पूना ऑब्जर्व्हर' या नावाने एक पत्र पुण्यातील युरोपियन लोकांसाठी निघाले; पण ते फार काळ चालले नाही. यादरम्यान शिक्षण घेऊन सामोरी आलेली दुसरी पिढी, समाजजीवनात आली होती. त्यामुळे या पिढीचा 'नवे शिक्षण आणि ज्ञान' या संबंधातील भारावलेपणा कमी झाला होता.

स्वदेशीच्या पाऊलखुणा

ज्ञानदानाच्या नावाखाली धर्मप्रचार हे यांतील काही वृत्तपत्रांचे आणि काही वृत्तपत्रांचे सरकारी भलावण हे तत्त्व असल्याचे ध्यानी येऊन अस्वस्थता वाढू लागली होती. तिचा उद्रेक पुढे केसरीच्या प्रकटीकरणातून झाला. या भावनेची पेरणी मात्र १८४४ सालातच झाली होती.

शाळा काढणे, लोकांना बाटवणे, इथल्या चालीरीतींचे विपरीत अर्थ काढून बुद्धिभ्रम वाढवणे यासारख्या वृत्तपत्रांच्या आडून चाललेल्या युक्त्या या दुसऱ्या पिढीतील विद्वानांच्या ध्यानात येऊ लागल्या होत्या. शिक्षणाला आणि संशोधनाला सरावलेली ही पिढी, स्वातंत्र्य आणि परकीय सरकारविरोधी विचार करू लागली होती.

१८५७च्या स्वातंत्र्ययुद्धाच्या आधी धर्मप्रसार हे राज्यकर्ते आणि मिशनरी या दोघांचे उद्दिष्ट होते. पाश्चात्त्य जीवनपद्धती रुजविण्याचा जाणीवपूर्वक प्रयत्न राज्यकर्ते करत होत. मिशनरी 'प्रचार आणि प्रलोभन' या मार्गांनी आपले प्रयत्न करत होते. किंबहुना अल्पावधीतच सारा भारत ख्रिस्तमय होऊन जाईल, अशी राज्यकर्त्यांची भावना होती. ती लॉर्ड मॅकोलेने त्याच्या वडिलांना लिहिलेल्या पत्रात व्यक्त केली होती.

प्रारंभी याबाबत देशी समाज प्रथम बावचळलेला आणि नंतर बचावात्मक स्थितीत असला, तरी 'दर्पण' काळापासूनच याचा प्रतिकार सुरू झाला होता. पण याचा प्रकट

प्रत्यय १८४४ मध्ये वेदसंपन्न मोरभट दांडेकर यांच्या 'उपदेश चंद्रिका' च्या रूपाने आला.

'पाद्री लोकांचा संचार पवित्र धर्मास धक्का देत आहे. धर्मांतराचा प्रयत्न त्यांनी चालवला आहे. त्यामुळे आपल्या धर्माची खरी माहिती कळून लोकांचे धर्म–प्रेम जागे राहवे म्हणून हा प्रयत्न आहे' असे त्यांनी 'उपदेश चंद्रिका' च्या प्रारंभीच्या अंकातच म्हटले होते.

येथपर्यंत झालेला मराठी वृत्तपत्रसृष्टीचा प्रवास हा पुण्या–मुंबईपुरताच मर्यादित होता. त्याबरोबरच तो मुख्यतः नेमस्त विचारसरणीचा होता. अपवाद वगळता नवे राज्य, नवे ज्ञान आणि नवी सामाजिक तत्त्वे यांचा गुणगान गाणारा होता; पण या साऱ्यांच्या आडून चालू असलेले साम्राज्यवादी डावपेच आणि धर्मप्रसाराचा हेतू ह्या गोष्टी हळूहळू लोकांच्या लक्षात येऊ लागल्या. शिक्षणाचा प्रसार आणि शिक्षितांचे स्थलांतर पुण्या–मुंबईबाहेरही होऊ लागले आणि त्यामुळे नव्या ज्ञानाशी आणि त्यातून उद्भवू शकणाऱ्या फायद्या–तोट्यांचा अंदाज महाराष्ट्रातल्या साक्षर सुशिक्षितांना येऊ लागला.

राज्यकर्त्यांचे धोरण काहीही असले तरी मूळ इंग्रजी साहित्यात गायले गेलेले स्वातंत्र्याचे पोवाडे आणि अभिव्यक्तीची अपरिहार्यता सर्वांना भावू लागली आणि वृत्तपत्र सृष्टीचे अंतरंग आणि बाह्यरूप हळूहळू पालटू लागले.

याचा प्रत्यय तसा प्रभाकरच्या रूपाने आधीच येऊ लागला होता. पण १८४४ साली राज्यकर्ते आणि धर्मप्रसारक यांच्या विरोधात सुस्पष्ट भूमिका घेऊन भारतीय तत्त्वज्ञान आणि आचार विचार यांची महती गाणारे 'उपदेशचंद्रिका' हे मासिक सुरू केले. साल होते १८४४ आणि प्रकाशन स्थळ होते पुणे. यात मिशनरी मदत देण्याचा आव आणून आणि पुस्तके फुकट वाटून हिंदू धर्माच्या विरोधी खोटे–नाटे ज्ञान प्रसारित करत आहेत. त्यामुळे अनेकांना ख्रिस्ती धर्मच खरा वाटू लागला आहे. अशांना खऱ्या धर्माची माहिती व्हावी, म्हणून हे मासिक पुस्तक काढत असल्याचे सुस्पष्टपणे नमूद केले आहे.

कृष्णशास्त्री चिपळूणकर

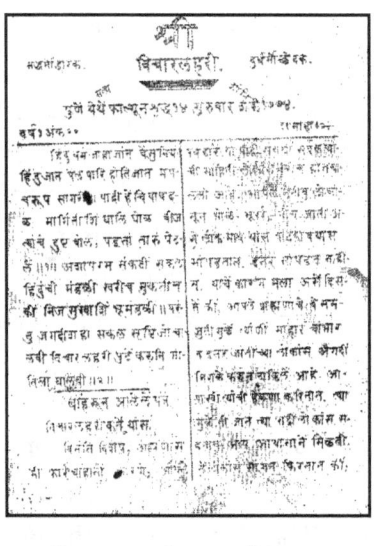

विचारलहरी.

यापाठोपाठ इंग्रजीभाषेच्या वाघिणीचे दूध पिऊन ज्ञानसंपन्न झालेल्या कृष्णशास्त्री चिपळूणकर यांनी १८५३ मध्ये 'विचार लहरी' या वृत्तपत्राची स्थापना केली. कृष्णशास्त्रींनी तर इंग्रजी सन आणि तारीखही नाकारून वृत्तपत्रावर भारतीय पंचांगाप्रमाणे तिथी आणि शके यांचाच फक्त उल्लेख ठेवला होता–

मुसलमानांचा धर्मविरोध उघड तलवारीच्या बळावर होता. पण ख्रिश्चनांची पद्धत छुपी असल्याने, ती अधिक धोकादायक आहे. या जाळ्यात नवशिक्षित सापडू लागले असल्याने स्व–धर्माची जाणीव त्यांना करून देणे गरजेचे आहे, असे या वृत्तपत्राचे मत होते. त्यासाठीच याची निर्मितीही होती. दुर्दैवाने कृष्णशास्त्री चिपळूणकरांचा मृत्यू ओढवल्याने हे वृत्तपत्र बंद पडले. पण मराठी संपादकीय लिखाणाची नवी परंपरा या निमित्ताने सुरू झाली; जी टिळक, आगरकर, कोल्हटकर, अत्रे, भावे, बेहरे यांच्या रूपाने दीर्घकाळ टिकून राहिली. या पत्राची आणि त्यामधील घणाघाती टीकेची दखल मिशनऱ्यांना घ्यावी लागली. त्यांच्या 'ज्ञानोदय' या वृत्तपत्रातून 'विचारलहरी'तील लिखाणावर पायरी सोडून टीका करण्यास मिशनरी वृत्तपत्रांनी सुरुवात केली. यावरून 'विचारलहरी'मधील लिखाणाचा दर्जा, प्रभाव आणि जातकुळी समजण्यास हरकत नाही.

यापाठोपाठ धर्मप्रसारास विरोध करण्यास ' वर्तमानदीपिका' हे प्रकाशन सुरू झाले. ते १८५३ ते १८६४ पर्यंत चालू असावे. या पाठोपाठच प्रभाकरच्या संपादकांनी 'धूमकेतू' या नावाने एक साप्ताहिक पुण्यातून सुरू केले. हे मराठीतील सहावे वृत्तपत्र असल्याचा उल्लेख यात उघडपणे करण्यात आला. याची भूमिका

लेखनस्वातंत्र्याची होती. त्याचबरोबर हिंदू धर्मातील अनिष्ट चालीरीतींवर कोरडे ओढण्याचे काम हे वृत्तपत्र मनापासून करत होते. परकी धर्मप्रसारास विरोध करण्यासाठी यापाठोपाठ 'सद्धर्मदीपिका' हे पत्र १८५५ साली मुंबईत सुरू झाले.

येथपर्यंत वृत्तपत्रांचा प्रचार आणि प्रसार पुणे आणि मुंबईपुरता मर्यादित होता. यानंतर मात्र महाराष्ट्रात ठिकठिकाणी नवी वृत्तपत्रे निघण्यास प्रारंभ झाला, याचे कारण तंत्रज्ञानाचा आणि ज्ञानाचा प्रसार हेच होते.

याचा प्रारंभ रत्नागिरी येथे १८५४ साली 'जगन्मित्र' या पत्राने झाला. याचे संपादक जनार्दन हरी आठले हे होते. या पत्रातही ख्रिस्ती धर्मप्रसाराच्या विरोधात उघड भूमिका असे. या पत्राला रत्नागिरी आणि बाहेरून चांगली मदतही मिळत होती.

१८५५ साली 'नित्यसारसंग्रह' या नावाने रोज निघणारे वृत्तपत्र असल्याची नोंद आढळते. ' हिंदूहितेच्छा' या नावाचे पत्र १८५४ साली सुरू झाले. याच काळात 'सत्यशोधक' या नावाचे एक पत्र १८५५ मध्ये सुरू झाल्याची नोंद आढळते. त्याखेरीज 'ज्ञानप्रसाद', 'चंद्रिका' आणि 'ज्ञानदर्शन' ही पत्रेही याच सुमारास निघाली.

१८५६ साली मुंबईत 'तमांतक' या नावाचे एक पत्र निघाले. १८५५ साली शिंपी समाजाच्या अडचणी सोडवण्यासाठी 'शिंपी हितेच्छू' या नावाचे एक पत्रही काढण्यात आले. याचे संपादक कोणी विठोबा मल्हारी होते.

वृत्तपत्रांचा प्रसार

पुण्या-मुंबईच्या तुलनेत अन्यत्र वृत्तपत्रांचा प्रसार होण्यास विलंब लागल्याची मुख्य कारणे, दळणवळणाच्या साधनांचा अभाव आणि शिक्षणाचा प्रचार आणि प्रसार कमी वेगाने, ही दोन होती. नव्या शिक्षणाने निर्माण होणारी नवी सामाजिक घडी बसण्यासही त्यामुळे वेळ लागला. त्यामुळे वृत्तपत्रांची गरजही उशिरा निर्माण झाली, हे नाकारता येणार नाही. पुण्या-मुंबईबाहेर बहुतांश ठिकाणी संस्थानिकांची सत्ता होती. कारभार अगर जनमतावर त्यांचा प्रभाव असल्याने त्यांची या कामातील आवड निवड आणि गरजही त्या प्रमाणात तोटकी असल्यामुळेही पुण्या-मुंबईबाहेर वृत्तपत्रप्रसारास उशीर झाला असावा. याबरोबर वृत्तपत्रासाठी आवश्यक मुद्रणतंत्राची गरज या भागात भागत नसल्यानेही हा विलंब झाला असावा. कारण 'ज्ञानोदय'चे कार्यालय नगरहून मुंबईला मुद्रणविषयक अडचणींमुळेच हलवावे लागले होते.

अर्थात कालांतराने तंत्रज्ञानाचा हा प्रवास सुरू झालाच. १८५३ मध्ये 'ज्ञानप्रसारक' आणि 'वर्तमानसंग्रह' ही पत्रे कोल्हापुरात सुरू झाली. कोल्हापूर दरबाराच्या

मालकीचे पहिले वृत्तपत्र १८६४ साली सुरू झाले. त्याचे नाव होते ' वर्तमानसंग्रह'.

जमखंडी संस्थानात १८५६ साली ' परशू' या नावाचे वृत्तपत्र सुरू झाले; तेही राजाश्रयानेच! १८५८साली साताऱ्यात पहिले वृत्तपत्र सुरू झाले. १८५७ च्या युद्धापूर्वी बरेच आधी सातारा संस्थान खालसा झाले होते.

अधिकृतरीत्या १८५८ साली ' शुभसूचक' या रामचंद्र अप्पाजी चितळे यांच्या वृत्तपत्राचे नाव साताऱ्यातील पहिले वृत्तपत्र म्हणून घेतले जात असले तरी त्यापूर्वीही साताऱ्यातून दोन वृत्तपत्रे निघत असावीत, असे तत्कालीन वृत्तपत्रातील उल्लेखातून जाणवते. त्यांची नावे ' बोधामृत' आणि ' शुभचिंतक' अशी होती. याचा उल्लेख 'ज्ञानोदय'च्या १९५५ च्या अंकात आहे.

शुभसूचक

पुस्तक १ अंक १

केकावली ह०

सातारा— शुक्रवार तारीख १०डिसेंबर सन १८५८इसवी.

ईश्वरप्रार्थना.

श्लोक— श्रीगणेशपदद्वंद्वं सर्वेविघ्नापवीद्वयं ॥ स्मरामि शारदाया भरुपंसेयद्वंद्वं.॥ १॥

स्वस्तिश्री मदति प्रचंड कुंडलि दंडनि भभुजदंड कुंडलित कोदंड शरकांड तांडव खंडितारिमंडल पौंड्र मुंड मंडिताखंड जगन्मंडल मंडनायमाना खंडलसमो चंद्रचंड दुग्धांनिधि समुद्दलद खंड डिंडीर पिंड पांडुरोद्दंड यशो रघुनायकोयंविजयतेतरां.

प्रस्तावना.

श्रीपरमेश्वरानें इच्छामात्रें विश्व उत्पन्न केलें तें नश्वर आहे यास्तव षड्गुणैश्वर्य संपन्न जो शाश्वत अनादि पुरुष त्याचे ठायींच व्यसरूप मुनीवर विश्वास ठेऊन अश्वासन घेण्यास आपले अंतःकरणानें निर्माण होणाऱ्या जगा प्रमाणें मानवास राहणे प्राप्त असें देवानें आपण आणून. आगणुकीच्या कारमणुकीस मानूस प्राणी यांस ज्ञानी दिल्ही म्हणोन. त्याणी सुभाषणी रमोन सुख त्याणी संपादून गुणी जाहल्यानें अजाण्यांच्या मनींत स्वातीचे उदका प्रमाणे मोतीरूप ज्ञान प्रीतीची उत्पत्ती करून स्तुतीस पात्र असें त्यांसही केलें. यास्तव वास्तवीक पाहातां हें केवढी मोठी कल्याणाची गोष्ट आहे की, सर्व जन्माचें अज्ञान आपलें दवडून समागमानें दुसऱ्याचेंही दूर करितात. हा इतका गुण शुभदायक जें नाक चातुर्य त्याचा आहे म्हणून त्याच उद्देशानें शुभाची सूचना वर्तमानद्वारानें करणार असें जें हें शुभसूचक पत्र तें श्रीरामचंद्र कृपेनें निरंतर स्तुत्य होऊन तें इध्यीस पात्र असें असावें.

जाहिरात.

सर्व लोकास कळावयाकरितां हि-

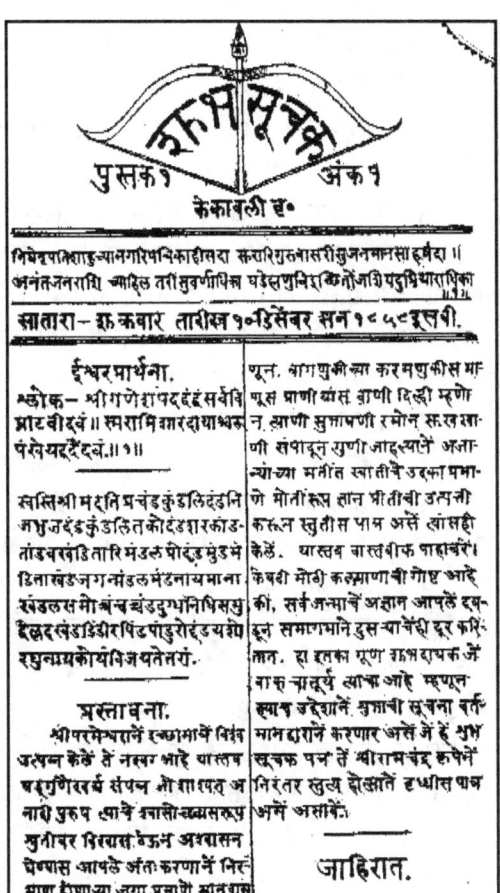

'शुभसूचक' हे पत्रही शिळा प्रेसवरच छापले जात असे. 'शुभ सूचक' पुढे १८९५ सालापर्यंत नियमित निघत राहिले.

यापाठोपाठ डिसेंबर १८६१ मध्ये 'वृत्तवैभव' हे पत्र नगरहून चालू झाले. वृत्तपत्र प्रकाशनाच्या आणि व्यवसायाची अखिल भारतीय स्तरावर या कालावधीत घडलेली सर्वांत महत्त्वपूर्ण आणि आमूलाग्र परिवर्तन घडवणारी घटना म्हणजे १८५७ चे स्वातंत्र्य युद्ध. याचे स्वरूप विविध स्तरांवर आणि प्रक्षोभक होते. बरेच संस्थानिक या युद्धात उतरले असल्याने या युद्धाच्या निकालावर संपूर्ण देशाचा आणि त्याचबरोबर वृत्तपत्रांचाही भविष्यकाळ ठरणार होता. या युद्धाचा पहिला परिणाम वृत्तपत्रस्वातंत्र्यावर झाला. १८३५ साली मिळालेले वृत्तपत्रस्वातंत्र्य नष्ट झाले.

आपल्याविरुद्ध आणि आपल्या बाजूनेही फार भडकावू लिखाण होऊ नये म्हणून १३ जून १८५७ ला मुस्कटदाबीचा कायदा जारी करून वृत्तपत्रस्वातंत्र्य नष्ट करण्यात आले. या कायद्याचे ब्रिटिश संसदेत समर्थन करताना भारतीय वृत्तपत्रे अतिशय धूर्तपणे सरकारविरोधी लिखाण अतिशय हुशारीने करत असल्याचे सभागृहात दाखवून देण्यात आले.

या कायद्याने छपाई करण्यास अगर छापखाना चालवण्यास सरकारी मंजुरी सक्तीची ठरली. त्याचबरोबर प्रत्येक मजकुरावर मुद्रक, लेखक, प्रकाशक यांची नावे छापणे सक्तीचे झाले. अर्थात, या कायद्याचा जाच बंगाल आणि उत्तर भारतातील वृत्तपत्रांना सोसावा लागला. मराठी वृत्तपत्रे तोपर्यंत तरी सर्व साधारणपणे 'सामाजिक सुधारणांचा पुरस्कार अगर विरोध' आणि 'धर्मप्रसाराची भलावण अगर त्यावर टीका' यातच गर्क असल्याने त्यांना या कायद्याचा फारसा त्रास झाला नाही.

या युद्धानंतर 'ईस्ट इंडिया कंपनी'चे सरकार संपुष्टात येऊन ब्रिटिश राजवट अधिकृतपणे भारतात अस्तित्वात आली. भारतीय आणि मराठी वृत्तपत्रांच्या दृष्टीने नव्या पर्वाची सुरुवात झाली. ज्यात धर्मजागरण, समाजसुधारणा याबरोबर स्वातंत्र्य या कल्पनेलाही महत्त्वाचे स्थान प्राप्त झाले.

अमेरिकेचे चीनविषयक आजचे धोरण आणि ब्रिटिशांचे तत्कालीन भारतविषयक धोरण यांच्या तपशिलात काही फरक असले तरी दोन्हींचा हेतू एकच होता, असे म्हणण्यास फारशी हरकत असू नये; पण भारतीय धर्मकल्पना या अधिक बळकट असल्याने असेल अगर परंपरेने चालत आलेला विचारांचा पगडा अभेद्य असल्याने असेल; पण धार्मिक परिवर्तन करण्याचे सरकारचे आणि धर्मप्रचारकांचे संयुक्त आणि स्वतंत्र प्रयत्न फारसे प्रभावी ठरू शकले नाहीत. धर्मप्रचारार्थ निघालेली वृत्तपत्रे धर्म प्रसाराबाबत फारशी लक्षणीय कामगिरी करू शकली नाहीत. त्यामुळे १८५७ नंतर या वृत्तपत्रांना इंग्रजी आणि आधुनिक शिक्षणाचे नावीन्य कमी झाल्यावर फारसे स्थान उरले नाही.

सुधारणावादाचा प्रारंभ

पण याच वेळी एतद्देशीय धर्मातील वेडगळ समजुती आणि चालीरीती यांचे भान येऊन त्या दूर करण्यासाठी समाजाच्या सर्व स्तरांतून प्रयत्नही सुरू झाले. 'दर्पण'पासून ते १८५७ पर्यंत जे वैचारिक प्रबोधन सुरू झाले ते फोफावून साऱ्या समाजातच या विचारांचा प्रसार झाला. त्याचा परिणाम स्वातंत्र्ययुद्धानंतर वृत्तपत्रांवर पुढील वीस पंचवीस वर्षे दुतर्फा म्हणजे सुधारणांच्या बाजूने व विरोधी जाणवत राहिला.

या काळापर्यंत परिवर्तनाच्या या चर्चा आणि धार्मिक चालीरीतीतील बऱ्या-वाईट प्रथांबद्दल चर्चा या प्रामुख्याने ब्राह्मण वर्गापुरत्याच मर्यादित होत्या. पण १८५७ नंतर इंग्रजांच्या शिक्षणविषयक धोरणाने अन्य समाजातही हळूहळू शिक्षणाचा प्रसार झाला. धर्मांतर्गत विषमतेमुळे संघर्षाचे वारे वाहू लागले. याचे परिणाम आणि पडसाद पुढील काळात वृत्तपत्रांतूनही उमटत राहिले. या प्रवाहाचे नेतृत्व महात्मा जोतिबा फुले यांच्याकडे होते.

या समाजातील वेदनांकडे प्रस्थापितांमधील सुधारणावाद्यांनी सहानुभूतीने पाहिले असले, तरी फक्त सहानुभूती हा अन्याय आणि वेदनांवरील तोडगा नव्हता.

या सुधारणावाद्यांची समजूत 'ब्रिटिश राज्य ही दैवी कृपा असून या राजवटीचा फायदा घेऊन आपला धर्म व समाज सुधारण्याचा प्रयत्न करणे हे आपले कर्तव्य असल्याची होती.' याच काळात वस्तू-विनिमयाचे स्थान ब्रिटिश राजवटीमुळे नगदी पैशाने घेतले. त्यामुळे भारतीय कृषि उत्पादनांचा मोबदला जागतिक दरावर आधारित होऊ लागला. याचा परिणाम शेतकऱ्यांच्या आर्थिक स्थितीवर होऊन हा वर्ग बेजार झाला आणि सावकाराच्या पाशात अडकला. कायद्याचे राज्य असल्याने आर्थिक अडचणींमुळे गहाण टाकलेली शेती कायद्याच्या मार्गाने अधिकृतरीत्या सावकारांच्या घशात जाऊ लागली.

यातच नोकरशाही बेगुमान आणि बेदरकार बनली. वृत्तपत्रांचे स्वातंत्र्य मर्यादित असल्याने त्यांच्यावरही बंधने आली. या विरोधात आवाज उठवण्यासाठी तुरळक ठिकाणी शेतकरी आणि वासुदेव बळवंत फडके यासारख्यांनी लहान मोठे उठावाचे प्रयत्न केले. पण ते अपयशी ठरले.

पण हळूहळू ब्रिटिश सरकार ही दैवी देणगी नसून राष्ट्रीय आपत्ती आहे याचे भान अपवाद वगळता सर्वच पातळ्यांवर आले. याचे प्रत्यंतर १८७० नंतर येऊ लागले. याचा प्रारंभ १९७४ च्या विष्णुशास्त्री चिपळूणकरांच्या 'निबंधमाले'तून आला. विष्णुशास्त्रींनी 'स्व-देश, स्वातंत्र्य, स्व-भाषा आणि स्वधर्म' यांचा जोरदार पुरस्कार करून समाजात स्वत्वाची जाज्वल्य भावना निर्माण केली.

पाश्चात्त्यांचे अनुकरण करण्याच्या नादात, 'आपले ते सारे त्याज्य' ही निर्माण झालेली न्यूनगंडाची भावना विष्णुशास्त्रींनी दूर केली. याचा प्रभाव १८७४ नंतरच्या वृत्तपत्रसृष्टीवर जाणवत राहिला.

सरकारी धोरण वृत्तपत्रांना अनुकूल नसले तरी लोकांचा वृत्तपत्रांवर विश्वास बसला होता. 'छापून येते ते खरे' ही विश्वासार्हता समाजात वृत्तपत्रांबद्दल निर्माण झाली होती. त्यामुळे सरकारची वृत्तपत्रांकडे पाहण्याची दृष्टी संशयास्पद बनली.

सामान्यतः वृत्तपत्रांचे संपादक सुशिक्षित असत. त्यांचा ब्रिटनमधील राजकीय विचारांशी परिचय असे. भारतात त्या विचारांवर आधारित 'स्वातंत्र्य आणि समतेच्या भावनांचे प्रत्यंतर' सरकारी कारभारात यावे, अशी त्यांची अपेक्षा होती. अर्थात ती पुरी होणे शक्य नव्हते. यातूनच स्वातंत्र्याच्या भावनांची आणि राष्ट्रवादी विचारांची जुळवाजुळव सुरू झाली.

या काळापर्यंत सुशिक्षितांचे प्रतिनिधित्व करणाऱ्यांत रानडे-गोखले यांचे प्राबल्य होते. त्याचे पडसाद त्या वेळी 'ज्ञानप्रकाश'मध्ये उमटत होते. त्यांचा भर समाजसुधारणेवर अधिक असल्याने ते फारसे सरकारविरोधीही नव्हते. याच परंपरेतील एक वृत्तपत्र १८६२ साली 'इंदुप्रकाश' या नावाने चालू झाले.

इंदुप्रकाशचा उद्देश सुधारणांचा पुरस्कार करणे हा असला, तरी सरकारी कारभारातील त्रुटी आणि अरेरावीवर इंदुप्रकाश नेमके बोट ठेवत असे. त्याची दखलही सरकारकडून घेतली जात असे. वाचकांच्या दृष्टीने वृत्तपत्रांचा सरकारवरील हा प्रभाव वृत्तपत्रविषयक विश्वास वाढवणारा होता.

'इंदुप्रकाश'ने पुनर्विवाहासारख्या सुधारणांचा जोरदार पुरस्कार केला. त्यासाठी सनातन्यांचा रोषही त्यांनी मोठ्या प्रमाणावर ओढवून घेतला. राजकीय पातळीवर फारशी आक्रमक भूमिका अगर सरकारविरोधी भावना न दाखवणारे हे वृत्तपत्र समाज

सुधारणांबाबत मात्र अतिशय आघाडीवर आणि आग्रही राहिले.

इंदुप्रकाशपाठोपाठ मुंबईतून ‘ नेटिव्ह ओपिनियन’ हे पत्र सुरू झाले. याचाही कल सर्वसाधारण समाजसुधारणेकडे झुकलेला पण नेमस्त होता.

याच सुमारास मुंबईतून १८७३ साली ‘सुबोध पत्रिका’ सुरू झाले. जे पुढे १०० वर्षे चालू राहिले. या वृत्तपत्राचे धोरणही आपल्या धर्माचा त्याग न करता त्यात सुधारणा करण्याचेच होते. प्रार्थनासमाजाचे हे जवळपास मुखपत्रच होते. त्यामुळे प्रार्थनासमाजातील विचार या वृत्तपत्रातून प्रकट होत राहिले.

अर्थात, गरजेनुरूप सरकारी अन्याय उघड करण्यास आणि त्यावर कोरडे ओढण्यात हे वृत्तपत्र मागे-पुढे पाहत नसे.

अजूनपर्यंत मराठीभाषिक प्रदेशात वृत्तपत्रव्यवसायाने तसा जोर पकडलेला नव्हता. जिल्हा क्षेत्रातून काही वृत्तपत्रे प्रकाशित होण्यास कमी-अधिक प्रमाणात सुरुवात झाली असली तरी अद्यापही वृत्तपत्र चळवळीचे केंद्र पुणे-मुंबई हेच होते.

१८५३ साली मुंबई-ठाणे रेल्वे सुरू होऊन महानगराचा पाया घातला गेला होता आणि हळूहळू दळणवळणाच्या या आधुनिक आणि जलद साधनाने ठाणे-मुंबईतील अंतर भरून काढले होते; पण तरीही तुलनेने मुंबईच्या इतक्या जवळ असूनही ठाण्यात वृत्तपत्रे सुरू होण्यास मुंबईनंतर २४ वर्षांचा कालावधी लागला. १८६६ साली ठाण्यात ‘अरुणोदय’ हे पत्र काशिनाथ विष्णू फडके यांनी सुरू केले.

या पत्राला फार विद्वान लेखकवर्ग अगर प्रसिद्धी मिळाली नसली तरी या पत्राचा राष्ट्रीय बाणा आणि परखड वृत्ती अखेरपर्यंत कायम होती. आपली मते कोणतीही किंमत मोजून निर्भीडपणे मांडण्याची या वृत्तपत्राची ख्याती होती. १९०९ साली या पत्रावर अब्रूनुकसानीचा खटला होऊन संपादकास कारावास झाला. त्यामुळे हे पत्र बंद पडले. पण आपल्या सुस्पष्ट आणि निर्भीड लिखाणाने तुलनेने उपेक्षित ठिकाणी प्रसिद्ध होत असलेले अरुणोदय आपली नोंद इतिहासात ठेवून गेले.

वृत्तपत्रातील लिखाणास मानधन देण्याची आजही फारशी अस्तित्वात नसलेली रीत या वृत्तपत्राने त्या काळात बाणवली होती. ‘अरुणोदय’ पाठोपाठ ठाण्यातूनच १८६७ साली ‘ सूर्योदय’ हे पत्र सुरु झाले. याच पत्राच्या मुद्रणालयात पुढे ‘ हिंदु पंच’ या नावाचे व्यंगचित्र साप्ताहिक १८७२ साली सुरू झाले. यांचे संपादकत्वही पुढे ‘अरुणोदय’च्या संपादकांकडेच आले. ते फार जोमाने चालवलेही गेले. पण ‘अरुणोदय’वर आलेल्या संकटातून हिंदूपंचही वाचले नाही. तेही १९०९ साली बंद पडले.

या पाठोपाठ टिळकांना 'केसरी'च्या कामात पुढे सहकार्य करणाऱ्या महादेव बल्लाळ जोशी यांनी १८७७ साली ' किरण' या साप्ताहिकाचा प्रारंभ केला. या पत्रानेही आपले वैशिष्ट्यपूर्ण स्थान प्रकाशनकाळात निर्माण केले. वृत्तपत्र हे फक्त वैचारिक वाद-विवादाचे स्थान न राहता समाजातील विविध क्षेत्रांतील माहितीपूर्ण सदरांची, व्यापारविषयक वृत्तांची सुरुवात या पत्राने केली. आधुनिक वृत्तपत्राचा चेहरा वाचकांना या पत्राच्या रूपाने प्रारंभी दिसला.

याच बरोबर १८७८ साली देशी वृत्तपत्रांवर निर्बंध घालणारा कायदा आल्यावरही या वृत्तपत्राने सर्व मजकुराची जबाबदारी संपादकांवर राहील, त्याची तोशीस बातमीदारास लागणार नाही याची जाहीर जाणीव प्रसिद्ध करण्याचे धाडस दाखवले. पारतंत्र्याच्या काळात खरोखरच हे धाडसाचे होते.

देशी भाषांतील पत्रांवर बंधने घालणारा कायदा आल्यावर, आपले विचार मोकळेपणाने मांडता यावेत म्हणून या संपादकांनी 'डेक्कन स्टार' या नावाने इंग्रजी वृत्तपत्र चालू केले. पुढे महाराष्ट्रातील 'बांधकाम आणि शिल्पकला' या विषयांवरील स्वतंत्र मासिक ' शिल्पकला विज्ञान' या नावाने नामजोशी यांनी १८८७ मध्ये सुरू केले. टिळकांच्या केसरीच्या उभारणीतही या नामजोशींचा महत्त्वाचा वाटा होता.

❏

बहुजनसमाजाचा प्रवेश

इंग्रजी राजवट १८५७ च्या युद्धानंतर स्थिरावून वीस वर्षे लोटली तरी जनसंपर्काचे आणि प्रबोधनाचे वृत्तपत्र हे माध्यम प्रामुख्याने सुशिक्षित वर्गांच्या आणि सुस्पष्ट उल्लेख करायचा तर ब्राह्मण समाजाच्या हाती होते. याचे कारणही सयुक्तिक होते. शिक्षणाशी ब्राह्मण वगळता अन्य समाजाचा संपर्कच नसल्याने अक्षरओळख नसलेला हा समाज वृत्तपत्र आणि विचारमंथन यांपासून योजने दूर होता. दलित समाजाची अवस्था तर दयनीयच होती. शिक्षणाचा गंध नसलेला हा समाज सरकार आणि सावकार आणि समाजाच्या वेडगळ समजुती या तिघांकडून नाडला जात होता. दुष्काळ आणि कोरडवाहू शेती पाचवीला पुजलेली,त्यात नव्याने आलेली जागतिक बाजाराशी निगडित अर्थव्यवस्था, यांच्या कचाट्यात सापडलेला बहुजन समाज आणि स्पृश्यास्पृश्यतेच्या रानटी समजुतींमुळे दैन्यवाणे जिणे जगणारा दलितसमाज यांच्याकडे रूढ वृत्तपत्र सृष्टीचे लक्षच नव्हते.

सुधारक म्हणवणाऱ्या वृत्तपत्रांतही ब्राह्मणसमाजातील अनिष्ट चाली, जशा पुनर्विवाहास बंदी, केशवपन, स्त्री-शिक्षण आणि मर्यादित विषयांवर विचारमंथन होत होते. त्यामुळे ब्राह्मणेतर बहुजनांचे प्रश्न मांडणाऱ्या आणि होणाऱ्या अन्यायाविरोधात आवाज उठवणाऱ्या वृत्तपत्रांची गरज होती.

याच सुमारास या ब्राह्मणशाहीच्या विरोधात आणि सामाजिक न्यायाच्या भावनेने महात्मा जोतीराव फुले यांनी आपल्या कामास प्रारंभ केला होता आणि मंद गतीने का होईना, पण शिक्षणाचे वारे बहुजन समाजात वाहू लागल्याने आपल्या विचारांच्या प्रकटीकरणासाठी वृत्तपत्रासारख्या साधनाची गरज बहुजनसमाजास वाटू लागली होती.

यातूनच ‘दीनबंधू’या बहुजनसमाजाच्या चळवळीचा पुरस्कार करणाऱ्या वृत्तपत्राचा जन्म १८७७ मध्ये पुण्यात झाला.

प्रारंभापासून वेळोवेळी मालकीसकट अनेक प्रकरणांत ‘दीनबंधू’बाबत अनेक वाद उद्भवले. अनेक संकटांना आणि सनातनी वृत्तपत्रांकडून पातळी सोडून होणाऱ्या प्रचारालाही दीनबंधूला तोंड द्यावे लागले. पण महात्मा जोतिबा फुले यांनी पत्करलेला बहुजन समाजकल्याणाचा वसा पुढे अनेक वर्षे बदलत्या संपादकांनीही निष्ठापूर्वक जपला.

नारायण मेघाजी लोखंडे

पुण्या-मुंबईतील या वृत्तपत्रांबरोबर अन्य जिल्हेच नव्हे तर तालुक्यांच्या ठिकाणीही आता वृत्तपत्रे प्रकाशित होऊ लागली होती. त्यातील बहुतांश अल्पजीवीच होती. पण वृत्तपत्र या साधनाची निकड आणि गरज आता सर्वसामान्य जनतेलाही भासू लागली.

मुंबईतून १८६८ मध्ये चंद्रप्रकाश, सत्यमित्र, मुंबई आर्यपत्रिका, पंचानन अशी काही वृत्तपत्रे प्रकाशित होऊ लागली. जोतीराव फुले व स्वामी विवेकानंद यांची प्रेरणा घेऊन ‘ सृष्टिदर्पण’ आणि ‘ शेतकऱ्यांचा कैवारी’ अशी दोन साप्ताहिके दामोदर यंदे यांनी १८८२ च्या सुमारास सुरू केली. बडोद्याच्या महाराजांच्या इच्छेने यंदे यांनी १८८४ साली बडोद्यातून ‘ बडोदावत्सल’ या नावाचे पत्र सुरू केले. यात आवटे हे त्यांचे सहकारी होते. पुढे आवटे यांच्याशी मतभेद झाल्याने यंदे यांनी ‘सयाजी विजय’ नावाचे पत्र सुरू केले. ते पुढे अनेक वर्षे चालू राहिले. त्याचा खपही लक्षणीय म्हणजे दहा हजारांच्या घरात होता.

याच काळात महाराष्ट्रात राहणाऱ्या इस्रायली समाजानेही स्वतःची वृत्तपत्रे सुरू केली. यांची संख्या जवळपास ३० च्या घरात होती आणि ही मुंबई ते रायगड या परिसरात प्रकाशित होत होती. यात १८७७ साली प्रकाशित ‘ सत्यप्रकाश’ हे पहिले पत्र होय. यात ज्यू धर्मासंबंधात माहिती दिली जात असे. या पत्रांच्या वाचकांचा धर्म ज्यू असला तरी भाषा मात्र मराठी होती. याच सुमारास अल्प काळ जगलेले ‘ इसरायेलाश्रम’ या नावाचे पाक्षिक काही काळ निघाले. १८८१ साली ‘ इस्राईल’ नावाचे पाक्षिक सुरू झाले. याच साली ‘ इस्राइली धर्मदीप’ नावाचे पाक्षिक मुंबईत सुरू झाले. ते १८८८ मध्ये बंद पडले. याचे पुनः प्रकाशन १८९३ साली झाले.ते १८९६ पर्यंत चालू राहिले.

ख्रिश्चन धर्मीयांच्या अपप्रचाराला उत्तर देण्यासाठी ही ज्यू धर्मीय प्रकाशने मराठीतून विसाव्या शतकाच्या प्रारंभापर्यंत चालू राहिली.

पुणे, मुंबई, ठाणे आणि इतर तुरळक एखाद्या जिल्ह्याच्या ठिकाणी निघणारे एखादे प्रकाशन सोडले तर १८५७ च्या युद्धापर्यंत महाराष्ट्राच्या अन्य भागात वृत्तपत्रप्रकाशनाने फारसा जोर पकडलेला नव्हता. १८५७ च्या युद्धानंतर ब्रिटिशांची सत्ता सर्वसाधारणपणे देशभरात स्थिर झाली.

शेतकऱ्यांचे बंड अगर वासुदेव बळवंत फडके यांचे प्रयत्न सोडल्यास सर्वसाधारणपणे ब्रिटिश कायदे व राज्य सर्वसामान्य जनतेने स्वीकारले असे त्याचे स्वरूप होते आणि यामुळे वृत्तपत्राचे नेमके महत्त्व कळू लागल्याने महाराष्ट्रात सर्वदूर हळूहळू वृत्तपत्रप्रकाशनास प्रारंभ झाला.

१८६७ साली साताऱ्यातून गणेश नारायण कोल्हटकर यांनी 'महाराष्ट्रमित्र' या पत्रास सुरुवात केली. या संपादकांचा संबंध 'वऱ्हाड समाचार' या पत्राशी आला होता. क्रांतिकारक वासुदेव बळवंत फडके भूमिगत असताना काही काळ कोल्हटकरांकडे राहिले असावेत असा उल्लेख 'महाराष्टमित्र'कारांचे चिरंजीव प्रख्यात कलाकार नटवर्य चिंतामणराव कोल्हटकर यांनी आपल्या 'बहुरूपी' या पुस्तकात केला आहे.

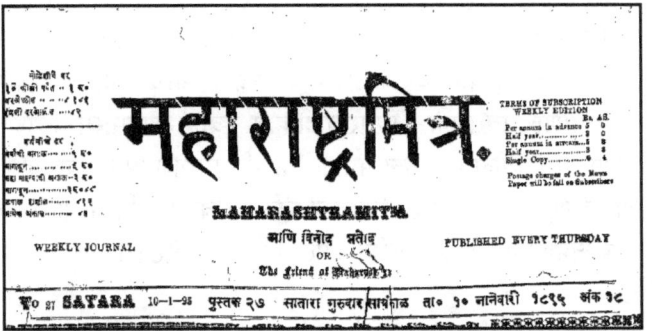

उपरोधिक व चटकदार लिखाण हा गणेश नारायणांचा हातखंडा होता. या पत्राची भूमिका पूर्णपणे राष्ट्रीय असली तरी धोरण सनातनी होते. टिळक, आगरकरांबरोबर कोल्हापूरच्या दिवाण बर्वे प्रकरणात 'महाराष्ट्रमित्र'ही अडकले. संदेशकार अच्युत बळवंत कोल्हटकरांनी आपल्या लिखाणाचा प्रारंभ आपल्या चुलत्यांच्या 'महाराष्ट्रमित्र' मधूनच केला होता. १८९७ साली संपादकांचा अकाली मृत्यू झाल्याने हे बंद पडले.

याच सुमारास १८७२ साली 'बोधसुधारक' हे पत्र वामनराव दीक्षित यांनी साताऱ्यातून सुरू केले होते. १८७३ मध्ये गणेश नारायण कोल्हटकर यांनी

‘विनोद प्रतोद’ या नावाचे पत्र ‘महाराष्ट्रमित्र’ बरोबर सुरू केले. याचे स्वरूप बऱ्याच प्रमाणात टिंगल-टवाळीचे होते.

१८६६ साली पुण्याहून ‘ ज्ञानचक्षु’ हे पत्र सुरू झाले. १८६८ साली ‘विज्ञानसुधा’ या नावाचे पत्र पुण्यातूनच सुरू झाले. १८६८ साली ‘जगद्‌हितेच्छु’ या नावाचे पत्र पुण्यातून सुरू झाले. या पत्रात “संस्कृत भाषा सामान्य लोकांस कळत नसल्याने त्या भाषेतील ज्ञानापासून ते अपरिचित राहतात.” त्यांना या ज्ञानाचा परिचय मराठीतून करून देण्याचा हेतू असल्याचे म्हटले होते. हे पत्र पुढे बरीच वर्षे चालले. या वर्तमानपत्रातून बऱ्याच बातम्याही छापल्या जात. १९०५ च्या सुमारास केसरीच्या स्पर्धेत न टिकल्याने हे पत्र बंद पडले.

१८६९ साली पुण्यातूनच ‘सुज्ञानबोध’ या नावाने एक दैनिक सुरू झाले. पण ते वर्षभरातच बंद पडले. १८७१ साली ‘ लोककल्याणेच्छा’ या नावाचे पत्र सुरू झाले. याचे स्वरूप उपहासात्मक लिखाणाचे होते. पुढे निनावी स्वरूपात विनोदी अंगाने चिमटे काढण्याच्या मराठीतील लेखनप्रकाराचा प्रारंभ या वृत्तपत्रातील ‘ गोऱ्या घुबड’ या सदरातूनच झाला असावा. धर्मरक्षणासाठी ‘ शिवाजी’ नावाचे पत्र १८७२ मध्ये सुरू झाले. याच सुमारास ‘ दक्षिण तारा’ या नावाचे पत्रही सुरू झाले. तत्कालीन विषयांवर जहाल लेखन करणारे ‘कष्टविलासिनी’ हे पत्र पुण्यातूनच १८७४ साली सुरू झाले. संपादकांचे निधन झाल्यामुळे हे १८७९ साली बंद पडले. १८८० साली पुण्यातून सुरू झालेले ‘पुणे वैभव’ हे पत्र त्या काळी खूप गाजले. याचे संपादक शंकर विनायक केळकर हे सुधारणांचे विरोधक व परंपरावादी होते. स्त्रीशिक्षणासारख्या सुधारणा त्यांना मान्य नव्हत्या. मराठीतील गाजलेले साहित्यिक हरि नारायण आपटे यांच्या लिखाणाची सुरुवात या पत्रातून झाली. पुण्यातील तत्कालीन लोकमान्यादि मान्यवर ज्या पंचहौद मिशनमधील चहापानामुळे अडचणीत आले होते, त्या घटनेचे वृत्त ‘पुणे वैभव’ नेच दिले होते.

पुण्याबरोबरच महाराष्ट्रातील जिल्ह्यांतून आता वृत्तपत्रांच्या प्रकाशनास सुरुवात झाली. १८७० साली अलिबाग येथून ‘ सत्यसदन’ या नावाचे वृत्तपत्र सुरू झाले. १८७७ साली ‘ मेडिएटर’ या नावाचे इंग्रजी-मराठी पाक्षिक अलिबागमध्येच सुरू झाले. १८८९ साली शरभ’ या नावाचे एक साप्ताहिक अलिबागमधून सुरू झाले.

१८७१ साली रत्नागिरीहून ‘ सत्यशोधक’ हे पत्र हरि नारायण लिमये या शिक्षकाने सुरू केले. ते आजअखेर सुरू आहे. १८७५ साली ‘ वेंगुर्ले वृत्त’, १८८२ साली ‘ ‘विचारशील’ या नावांची पत्रे वेंगुर्ल्यातून सुरू झाली. याच सुमारास १८८२ मध्ये रत्नागिरीत ‘ बकुळ’ या नावाचे पत्र सुरू झाले.

अहमदनगरमधील वृत्तपत्राचा प्रारंभ ' ज्ञानोदय'च्या निमित्ताने आधीच झाला असला तरी ' ज्ञानोदय' चे स्थलांतर मुंबईस झाले होते. १८६६ साली नगरमधून ' न्यायसिंधू' या नावाचे पत्र दाजीसाहेब कुकडे यांनी सुरू केले. कायद्याची माहिती जनतेस देणे हा या पत्राचा हेतू होता. ' जगत्दर्शन' या नावाचे एक पत्र काशिनाथपंत लिमये यांनी नगरमधून सुरू केले. १८६९ मध्ये नाशिकमधून ' नाशिक वृत्त' या वृत्तपत्रास सुरुवात झाली. १८७५ साली ' नाशिक समाचार' नावाचे पत्र नाशिकमधून सुरू झाले; पण ते फार काळ चालले नाही. १८७६ मध्ये 'हिंदूमित्र' १८७९ साली 'गंगालहरी', नाशिक वैभव' व ' लोकसेवा' ही वृत्तपत्रे सुरू झाली.

खानदेशातील पहिले वृत्तपत्र धुळ्यामधून सुरू झाले. 'खानदेश वैभव' असे त्याचे नाव होते. हे पत्र १८६८ साली सुरू झाले. दर वर्षीचा पहिला अंक सोनेरी शाईत छापण्याची या पत्राची प्रथा होती. १९४० साली ते बंद पडले. याच वेळी ' चित्रगुप्त' नावाचे पत्रही धुळ्यातून निघत असे. ' आर्यावर्त' हे पत्र धुळ्यातून ५ ऑगस्ट १८७६ रोजी सुरू झाले. हे पत्रही पुढे ५० वर्षे सुरू होते.

१०० वर्षांहून अधिक काळ चाललेले ' प्रबोध चंद्रिका' हे पत्र जळगावात ३ जानेवारी १८९१ साली सुरू झाले. यानंतर तीन दिवसांनी 'केसरी' ला प्रारंभ झाला. ' प्रबोधचंद्रिके' ला पुढे जिल्ह्याच्या मुखपत्राचा दर्जा प्राप्त झाला. याच पत्राच्या संपादकांनी कवितेला वाहिलेले ' काव्यरत्नावली' हे मासिक सुरू केले. हे पुढे ५० वर्षे सुरू होते.

सातारा जिल्ह्यातील कऱ्हाडमधून १८८१ साली 'पंचानन' नावाचे पत्र, तासगावातून 'चंडांशू' नावाचे पत्र सुरू झाले. १८८५ साली 'वृत्तसुधा' नावाचे पत्र सुरू झाले; पण ते लवकरच बंद पडले. सांगलीतील पहिले पत्र संस्थानाच्या आश्रयाने १८७६ साली सुरू झाले. ते राजपत्र होते. १८७० साली कोल्हापुरातून सुरू झालेले 'ज्ञानसागर' हे पत्र संस्थान व सरकारधार्जिणे होते.

सोलापुरातून १८६७ साली 'कल्पतरू' व 'आनंदवृत्त' ही दोन पत्रे सुरू झाली. १८७४ साली ही दोन्ही पत्रे एक करून 'कल्पतरू-आनंदवृत्त' या नावाने काकडे परिवाराने हे पत्र सुरू ठेवले. हे पत्र नेमस्त व सुधारणावादी होते. जहालांना हे पत्र उघड विरोध करत होते. सोलापूर हे त्या काळात तसे आडवळणी व मागास गाव असतानाही अतिशय जिद्दीने चाललेले 'कल्पतरू आनंदवृत्त' हे दीर्घकाळ चालले.

गोवा, विदर्भ आणि कर्नाटक

गोव्यात पोर्तुगीज अंमल असला तरी गोवेकरांची भाषा मराठी व कोकणीच होती. १८७० साली गोव्यात 'आनंद लहरी' नावाचे मासिक सुरू झाले. सरकारचा

मराठीला विरोध असल्याने या पत्राचे मुद्रण मुंबईतून होत असावे. हिंदू समाजाची दयनीय स्थिती बदलण्यासाठी एक पोर्तुगीज गृहस्थ 'तोमाग्च जाल्यश' याने 'देशसुधारणेच्छु' नावाचे पत्र सुरू करून पाहिले. या संपादकांना हिंदू धर्म व संस्कृती याविषयी प्रेम वाटत असे. याखेरीजही दोन तीन वृत्तपत्रे १८७० च्या दरम्यान गोव्यातून निघाली; पण ती फार काळ चालली नाहीत.

नागपूर, वऱ्हाड भागातून वृत्तपत्राची सुरुवात झाली नसली तरी भित्तिपत्रकाद्वारे बातम्या देण्याची पद्धत वऱ्हाडात अस्तित्वात असावी. गॅझेट स्वरूपातील एक पत्र १८६२ साली नागपुरातून प्रकाशित होत होते. याचे नाव 'सेंट्रल प्रोव्हिन्सिस न्यूज (मध्य प्रदेश वृत्त)' असे होते. हे सरकारी आश्रयाखालील पत्र असले तरी सरकारी पत्र नव्हते. वऱ्हाडातील पहिले पत्र 'वऱ्हाड समाचार' असावे. याच्या प्रारंभाविषयी आणि संस्थापकांविषयी निश्चित विधान करणे शक्य नसले तरी खंडेराव बाबाजी फडके यांनी हे पत्र १८६७ च्या आसपास सुरू केले असावे. हे पत्र सुरू करण्यात 'महाराष्ट्रमित्र'कार गणेश नारायण कोल्हटकर यांचाही हातभार असावा.

१८७० साली अकोल्यातून 'वैदर्भ' नावाचे पत्र सुरू झाले. ते पुढे अमरावतीस हलविण्यात आले. १८७६ साली नागपूर येथे अल्पकाळ चाललेले 'फणींद्रपूर – मणिप्रकाश' नावाचे पत्र सुरू झाले. १८८० साली 'वर्धा लहरी', १८८४ साली 'नागपूर समाचार' ही पत्रे सुरू झाली. या पत्राचे नामकरण 'नागपूर अॅण्ड बेरार टाइम्स' असे करण्यात आले. १८८५ साली 'नागपूर न्यूज' नावाचे एक इंग्रजी-मराठी पत्र नागपुरातून सुरू झाले.

मूळचे नगर जिल्ह्यातील पुणतांबे येथील लक्ष्मण अनंत प्रयागी यांनी लोकजागृतीच्या आवडीतून 'सुबोधसिंधू' नावाचे पत्र खांडवा येथून सुरू केले. या पत्राच्या संपादनासाठी त्यांनी आपल्या सरकारी नोकरीचा त्याग केला. हे पत्र १९४० सालापर्यंत सुरू राहिले. 'प्रमोदसिंधू' नावाचे आणखी एक पत्र अमरावतीहून याच काळात निघत असे.

'बेळगाव समाचार' नावाने पहिले मराठी वृत्तपत्र भिकाजीपंत सामंत यांनी १८६४ साली सुरू केले. हे पत्र अनेक वर्षे चालले. बेळगावातील मुद्रणव्यवसायाचा प्रारंभ करणाऱ्या आबाजी सामंत यांनी १८७६ साली 'चिकित्सक' नावाचे साप्ताहिक सुरू केले. याखेरीज कर्नाटकमित्र, धारवाड वृत्त आदी पत्रेही या सुमारासच सुरू झाली. मुधोळ संस्थानातून १८७६ साली 'सन्मार्गदर्शक' नावाचे वृत्तपत्र निघत होते. सर्वसाधारणपणे हा 'केसरी'चा उदय होण्यापूर्वीच्या काळातील वृत्तपत्रांचा गोषवारा आहे. यातील बहुतांश शिळा प्रेसवर छापली जात होती व जवळपास सर्वच साप्ताहिके

होती. छायाचित्रांचा वापर होत नसला तरी औषधे व पुस्तकांच्या जाहिरातींना यातून प्रारंभापासून स्थान होते. यातील बहुतांश वृत्तपत्रे हौसेपोटी सुरू झाल्याने त्यावर संपादकीय हात फारसा फिरलेला नसे.

धार्मिक व सामाजिक विषयांना महत्त्वाचे स्थान असले तरी राजकीय विषय या वृत्तपत्रांना वर्ज्य नव्हते. लोकांच्या अडचणी सरकारपर्यंत पोचवण्याचे साधन म्हणून वृत्तपत्रांकडे पाहिले जात होते. वृत्तपत्रातून नाटकांविषयी माहिती व जाहिराती यांनाही स्थान होते. बहुतांश वाचकांची पत्रे टोपणनावाने लिहिली जात होती. मराठी निबंधांचा प्रारंभ व वैचारिक विषयांचा 'श्री गणेशा' या मराठी वृत्तपत्रांतूनच झाला. पुढील काळात गाजलेले चिपळूणकर, टिळक, आगरकर, परांजपे, केळकर, खाडिलकर ते कोल्हटकर, भावे यांच्या लिखाणाचे धुमारे प्रथम या वृत्तपत्रांतूनच दिसून आले. वृत्तपत्रांतील लिखाणाकडे शासनाचेही लक्ष वेधले गेले. वृत्तपत्रांतील लिखाणाची दखल घेण्यासाठी स्वतंत्र अधिकाऱ्याची नेमणूक केलेली होती.

केसरी युगाची पहाट

१८५७ च्या युद्धानंतर स्थिर झालेले ब्रिटिश सरकार सर्वसामान्य जनतेनेही मान्य केले होते; पण तरीही हे सरकार परकीय असून यामुळे आपण आपले स्वातंत्र्य गमावले असल्याची कल्पना सामान्य जनता आणि विचारवंतांनाही डाचत होती. यातूनच मराठी वृत्तपत्रसृष्टीचा कायापालट घडवणारा 'केसरी' व 'मराठा' या वृत्तपत्रांचा प्रारंभ १८८१ साली करण्यात आला.

१८८१ नंतर पुढील पन्नास वर्षे महाराष्ट्राच्या वृत्तपत्रक्षेत्रांत केसरीचे राज्य होते असे म्हटले तर वावगे ठरणार नाही. १८२० पासून सुरू झालेला आधुनिक शिक्षणाचा प्रसार आता स्थिरावला होता. इंग्रजी भाषेच्या परिचयाबरोबर या भाषेच्या अनुषंगाने येणारे राजकीय, सामाजिक आणि स्वातंत्र्यविषयक विचारही लोकांच्या मनात आता पक्के रुजले होते.

याच्या परिणामी सुशिक्षितांची पिढी, जशी आधुनिक विचारांचा पाठपुरावा आणि ज्ञान संपादन करत होती. त्याच प्रमाणे स्वातंत्र्याच्या भावनेचा आणि स्व-संस्कृतीच्या पुरस्काराचा नाराही लगावू लागली होती.

याचा प्रारंभ यापूर्वीच कुंट्यांचा प्रभाकर आणि विष्णुशास्त्री चिपळूणकरांच्या निबंध मालेतून झाला असला तरी त्याला आणि स्वातंत्र्याच्या या भावनेला मूर्त स्वरूप 'केसरी'च्या रूपाने आले. पुढील पन्नास वर्षे 'केसरी'ने महाराष्ट्राच्या सामाजिक, राजकीय आणि स्वातंत्र्यविषयक चळवळीचे नेतृत्व आणि भूमिगत क्रांतिकारक चळवळीला दिशादर्शन केले.

'इंग्रजी सत्ता ही दैवी देणगी नसून तो नियतीचा शाप आहे' ही जाणीव विकसित करण्याचे काम 'केसरी'ने चोखपणाने बजावले. विष्णुशास्त्री चिपळूणकर यांनी त्यांचे लोकमान्य टिळक आणि गोपाळ गणेश आगरकर या सहकाऱ्यांच्या मदतीने केसरीचा प्रारंभ केला. या काळात म्हणजे १८८१ साली टिळक आणि आगरकर डेक्कन कॉलेजात शिकत होते.

चिपळूणकरांनी १८७८ साली निबंधमाला सुरू केली. यातील विचारधनावर पोसलेल्या टिळक–आगरकरांनी चिपळूणकरांच्या साथीने १८८१ मध्ये केसरी आणि मराठा ही वृत्तपत्रे सुरू केली. याआधी एकच वर्ष राष्ट्रीय शिक्षण देण्याच्या ओढीने १८८० साली 'डेक्कन एज्युकेशन सोसायटी'च्या 'न्यू इंग्लिश स्कूल'ची स्थापना केली.

विष्णुशास्त्री चिपळूणकर

निबंधमाला.

अंक १.

मराठी भाषेची सांप्रतची स्थिति.

विष्णु कृष्ण चिपळोणकर, बी. ए.

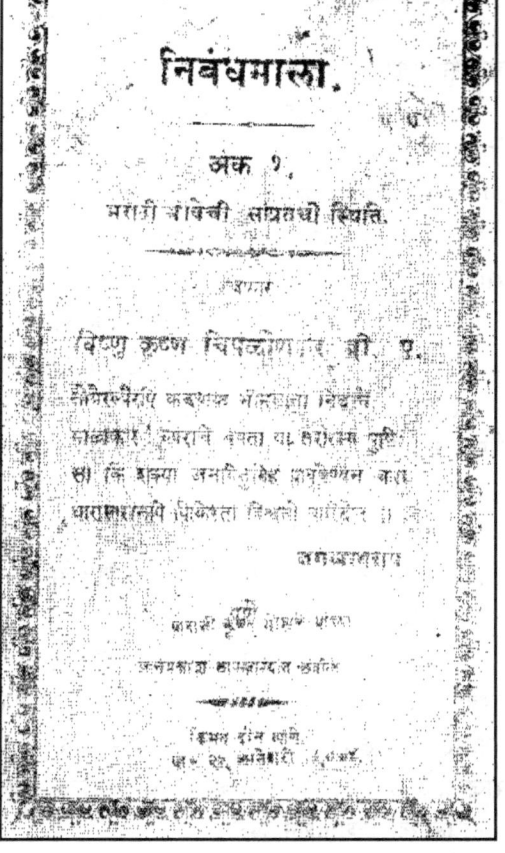

यामागचा हेतू राष्ट्रीयवृत्तीचे तरुण निर्माण करून पारतंत्र्यात पडलेला देश स्वतंत्र करणे हा एकमेव होता. मराठी वृत्तपत्रांच्या एकूण आधुनिक रूपाची मुहूर्तमेढच केसरीच्या रूपाने घातली होती. या पूर्वीच्या सुशिक्षित पिढीचे राष्ट्रीय प्रश्नांविषयीचे धोरण फावल्या वेळातील उद्योग या स्वरूपाचे होते. अनेक लोककल्याणकारी कार्यक्रम त्यांनी राबविले असले तरी सुधारकी वृत्तीच्या या नेमस्त मंडळींनी आयुष्यभर इमाने–इतबारे सरकारी नोकरीही केली होती. स्वतःच्या जीवावर, कोणतेही नियमित उत्पन्नाचे साधन नसताना या तीन महापुरुषांनी वृत्तपत्र व राष्ट्रीय शिक्षण देणारी शाळा सुरू करण्यामागे निश्चित स्वरूपात भावी काळात देश ब्रिटिशांच्या गुलामगिरीतून मुक्त करण्याची कल्पना होती.

'केसरी व मराठा' या वृत्तपत्राची निर्मिती नव्या पिढीला जागे करण्यासाठीच नाही, तर 'सुधारकी' कल्पनेच्या मोहनिद्रेत झोपी जाऊन पारतंत्र्याची वस्तुस्थिती विसरलेल्या ज्येष्ठांच्या पिढीला जागे करणे' यासाठीही होती. मराठा हे इंग्रजी पत्र २ जानेवारी १८८१ पासून दर रविवारी व केसरी हे मराठी साप्ताहिक दर मंगळवारी ४ जानेवारी १८८१ पासून सुरू झाले. 'केसरी'चे प्रथम संपादक गोपाळ गणेश आगरकर तर 'मराठा'चे संपादकत्व लोकमान्य टिळकांकडे होते. या पत्रांवर प्रारंभी विष्णुशास्त्री चिपळूणकर, बाळ गंगाधर टिळक, गोपाळ गणेश आगरकर, वामन शिवराम आपटे, गणेश कृष्ण गद्रे व महादेव बल्लाळ नामजोशी यांचे व्यवस्थापन होते.

या पत्रातून उघडपणे सरकारला कानपिचक्या देणारा व सामान्यांच्या दुःखांना व अडचणींना वाचा फोडणारा मजकूर असे. वृत्तपत्राच्या प्रारंभीच १८८२ च्या सुमारास कोल्हापूरच्या बर्वे प्रकरणातील लिखाणाबद्दल टिळक व आगरकरांना डोंगरीच्या तुरुंगात तुरुंगवासही भोगावा लागला. कोल्हापूरचे दिवाण बर्वे यांच्याबद्दल आक्षेपार्ह लिखाण केल्याचा आरोप त्यांच्यावर होता. वृत्तपत्रीय लिखाणासाठी तुरुंगवास भोगणारे पहिले मराठी पत्रकार म्हणून इतिहासाला या दोघांची दखल घ्यावी लागेल.

'केसरी'चे संपादक आगरकर हे स्वातंत्र्यवादी असले तरी ते सुधारणावादी होते. याचा परिणाम 'केसरी'च्या लिखाणातही होत असे. 'आधी स्वातंत्र्य, की आधी समाजसुधारणा?' यावरील मतभेद तीव्र झाल्याने आगरकरांनी 'केसरी'चे संपादकपद आणि संबंध सोडून 'सुधारक' हे स्वतंत्र पत्र सुरू केले. आगरकरांना 'सुधारकाग्रणी' या नावाने ओळखले जाऊ लागले. १८९१ साली 'मराठा' व 'केसरी' ही दोन्ही पत्रे टिळकांच्या मालकीची झाली. याचे मुद्रण मात्र 'आर्यभूषण छापखाना' येथे होत असे.

गोपाळ गणेश आगरकर

लो. बाळ गंगाधर टिळक

केसरी पुणें—पहिल्या वर्षाचा पहिला अंक

वर्गणीचे दर. [illegible]

केसरी.

जाहिरातीचे दर. [illegible]

स्थितिं नो रे दध्याः क्षणमपि मदान्धेक्षण सखे गजश्रेणीनाथ त्वमिह जटिलायां वनभुवि।
असौ कुम्भिभ्रान्त्या खरनखरविद्रावितमहा-गुरुग्रावग्रामः स्वपिति गिरिगर्भे हरिपतिः॥

वर्ष १. पुणें:—मंगळवार तारीख ४ जानेवारी १८८१. अंक १,

आज मुंबई इलाख्यांत एकंदर मराठी वर्तमानपत्रें नि- [illegible] असतां व या शहरांत हीं तीन चार चालत असतां, नुस्त्या वर्तमानपत्राची काय जरूर आहे हा विचार आमच्या वाचकांपैकीं किंत्येक सहृदयांनीं मनांत येणारा आहे. यास्तव प्रथमतः या पत्राचा उद्देश लोकांस कळविणें अवश्य आहे.

वर्तमानपत्रांचा प्रघात पडल्यास आज तीसपस्तीस वर्षे होऊन गेलीं, व गेल्या दहापंधरा वर्षांत तर त्यांच्यांत जरी पुष्कळ सुधारणा झाली, तरी अद्याप वर्तमानपत्रकर्त्यांस आपणावरची जबाबदारी पुरेपूर्णी कळूं लागली आहे, किंवा लोकसुधारणेस आपल्या परिश्रमांनीं केवढें साहाय्य होणारें आहे याविषयीं त्यांचा पक्का समज झाला आहे, असें सामान्यतः पाहतां आढळणार नाहीं. दोन चार नामांकित वर्तमानपत्रांखेरीज बाकीच्यांची जर स्थिति पाहिली, तर वर्तमानपत्र म्हणजे जागोजागच्या बातम्या प्रसिद्ध करण्याचें साधन याच्या पलीकडे वरील शब्दाचा अर्थ पत्रकर्त्यांच्या मनांत कधीं येत असेलसें वाटत नाहीं. अलीकडे तर लहानसहान गांवांतून सुद्धां वर्तमानपत्रें निघूं लागलीं आहेत. छापखाना घालणें व पत्र काढणें हा एक व्यापारच बनल्यानें त्यास विद्येचा विशेष सत्कार नाहीं अशा मंडळींच्या हातींच वरील दोन अमोलिक साधनें पडलेलीं बहुधा आढळतात. आतां येथें खरें आहे कीं, कोणत्याही तऱ्हेनें कां होईना, वरील दोन साधनांची वृद्धि ही एकंदर देशास श्रेयस्करच आहे. निदानपक्षीं लोकांत वाचण्याचा प्रघात तरी होण्यास वरील साधनांचा उपयोग आहे. पण याच उद्योगांत असल्या पेक्षां चांगली मंडळी पडली असता लोककल्याणाचा मार्ग ज्यास्त खुला होणार आहे हें उघड आहे.

वर्तमानपत्रांचा मुख्यतः दोन प्रकारांनीं मोठा उपयोग आहे. एक हा कीं, त्यांनीं आपलें काम निःपक्षपातपणें व निर्भीडपणानें बजावलें असतां सरकारी अधिकाऱ्यांवर मोठा दबदबा राहतो. रस्तोरस्तीं गल्लीं दिवे लागलेले असल्यानें व पोलिसांची गस्त सारखी फिरत असल्यानें जो उपयोग होत असतो, तोच उपयोग या कामीं वर्तमानपत्रकर्त्यांची लेखणी सदोदित चालू असल्यानें होत असतो. सरकारी अधिकाऱ्यांनीं आपापलीं कामें चोख रीतीनें चालविलीं असतां त्यांत प्रजेचें किती कल्याण असतें हें कोणास सांगावयास नकोच. पण वरील चोखपणा राहण्यास त्यांचा सर्व कारभार जेव्हां लोकांच्या नजरेसमोर वरचेवर येत जाईल तेव्हां राहणार. सर्व गोष्टी सर्वांच्या समक्ष होत असल्या म्हणजे अर्थातच लांचलुचपत वगैरे जे अन्यायाचे प्रकार एरवीं होण्याचा संभव असतो तो पुष्कळ अंशीं नाहींसा होतो. जुन्या एतद्देशीय संस्थानांतून वरील प्रकार किती चालत असे, व अद्याप किती चालतो, हें क्षणभर लक्षांत आणलें असतां पत्रकर्त्यांची गस्त लोकांस किती हितावह आहे हें कोणाच्याही लक्षांत आल्यावांचून राहणार नाहीं. विलायतेंत खुद्द महाराणी साहेबांपासून व मुख्य प्रधानापासून तो अगदीं खालच्या सरकारी कामगारापर्यंत सर्वांच्या कारभाराकडे लोकांची नजर वर्तमानपत्रांच्या द्वारें सारखी लागून राहिलेली असते, त्यामुळें कोणता ही अन्याय प्रायः छपला जात नाहीं, व यामुळें तेथील लोक युरोपांतील इतर राष्ट्रांहून सुखी आहेत ही गोष्ट सर्व प्रसिद्धच आहे.

तर सरकारी अधिकारी आपापलीं कामें कोणकोणत्या तऱ्हेनें बजावतात याविषयीं केवळ निःपक्षपातबुद्धीनें व कोणाची भीड न बाळगतां मजकूर लिहिण्याचा आमचा इरादा आहे. अमुक अमुक गोष्ट आहे तेव्हां त्याच्या विरुद्ध कसें लिहावें, किंवा सरकारानें अमुक अमुक गोष्ट केली तर तिजवर नवी केली

१८९७ साली टिळकांना शिक्षा होईपर्यंत 'केसरी'चे संपादक म्हणून टिळकांचे नाव होते. शिक्षेच्या काळात त्यांचे नाव संपादक पदावरून वगळण्यात आले. ४ जानेवारी १८९९ च्या अंकापासून केसरीच्या संपादकपदाची सूत्रे पुन्हा टिळकांकडे आली व 'पुनश्चः हरि ॐ' या ऐतिहासिक अग्रलेखाने टिळकांनी पुन्हा स्वातंत्र्यचळवळीची सुरुवात केली. मंडालेला काळ्या पाण्यावर जाईपर्यंत टिळक 'केसरी'चे संपादक होते.

त्यानंतर १९०८ ते १९१० या काळात नाटककार कृ. प्र. खाडिलकर हे 'केसरी'चे संपादक झाले व ४ जानेवारी १९१० पासून न. चिं. केळकर हे संपादक झाले. केळकर लंडनला जाईपर्यंत हे संपादकपद त्यांच्याकडेच राहिले. १९०८ साली काळ्यापाण्यावर गेल्यावर टिळकांनी संपादकपद स्वीकारले नाही. मात्र 'केसरी'ची मालकी त्यांच्याकडेच होती. 'केसरी'ला लोकप्रियता झटपट लाभली असली तरी आणि अवघ्या तीन वर्षांत 'केसरी'ची वाचक संख्या ७०० वरून ४००० च्या पुढे गेली असली आणि खपाच्या बाबतीत 'केसरी' प्रथम क्रमांकावर आला तरी 'केसरी'ची आर्थिक स्थिती अडचणीची होती. 'केसरी'च्या प्रारंभीच्या लोकप्रियतेत आगरकरांचा मोठा वाटा होता.

'केसरी'तून बाहेर पडून 'सुधारक'चा प्रारंभ केल्यावर टिळक व आगरकरांमधील वाद शिगेला पोहोचले. काही वेळा या दोघांनीही आपली पातळी सोडून लिखाण केले. या काही कटू गोष्टी बाजूस ठेवल्या तर 'केसरी' व 'सुधारक' यांचे मराठी वृत्तपत्रातील स्थान अबाधित आहे.

१९०८ साली किंग्जफोर्ड याचा वध करण्याचा प्रयत्न खुदिराम बोस व प्रफुल्लचंद्र चाकी यांनी केला. यात दोन स्त्रिया ठार झाल्या. या निमित्ताने तपासाच्या नावाखाली केलेल्या अत्याचारावर 'देशाचे दुर्दैव' हा अग्रलेख लिहून सरकारच्या जुलमी कारभाराचा टिळकांनी निषेध केला. 'कायद्याप्रमाणे वागणे ही जशी जनतेची जबाबदारी आहे. तसेच अत्याचार न करणे हे राज्यकर्त्यांचे कर्तव्य आहे, यात जिथे विसंगती होईल तेथे अशा हत्या होतीलच' या शब्दांत टिळकांनी या घटनेचे समर्थन केले. यानंतर सरकारी जुलूम चव्हाट्यावर आणणारे अग्रलेख टिळकांनी पाठोपाठ प्रकाशित केले.

याच सुमारास राजद्रोहाच्या आरोपाखाली 'काळ'कर्ते परांजपे यांनाही अटक झाली. यामुळे लोकभावना प्रक्षुब्ध झाल्याने टिळकांवर कारवाईची मागणी होऊ लागली. टिळकांवर राजद्रोहाचा खटला दाखल झाला. त्यांना २४ जून १९०८ रोजी अटक झाली. उपरोल्लिखित मजकुरांपैकी काही मजकूर कृ. प्र. खाडिलकर यांनी लिहिलेला होता. पण सर्व लिखाणाची जबाबदारी संपादक म्हणून आपल्यावरच असल्याचे सांगत टिळकांनी आपल्या संपादकीय बाण्याचा प्रत्यय दिला.

या खटल्यात टिळकांचे वकील म्हणून बॅ. जिना यांनी काम पाहिले. टिळकांना जन्मठेप झाल्यावर *'माझ्या शिक्षेने माझे कार्य अधिक सोपे होईल'* असे उद्गार *टिळकांनी काढले आणि 'स्वराज्य हा माझा जन्मसिद्ध हक्क आहे आणि तो मी मिळविणारच!'* हा जनप्रिय मंत्र याच काळी टिळकांच्या तोंडून बाहेर पडला.

टिळकांना शिक्षा झाल्यावर देशभर उत्स्फूर्तपणे हरताळ पाळला गेला व काही ठिकाणी दंगलीही झाल्या. यामागे वृत्तपत्रीय लिखाणाची ताकद हे कारण होते आणि वृत्तपत्रांच्या वाढत्या लोकप्रियतेचेही हे गमक होते. १८५७ नंतर निर्माण होऊ घातलेली स्वातंत्र्यभावना चेपण्यासाठी वेळोवेळी वृत्तपत्रीय निर्बंध घालण्यास शासनाने सुरुवात केली.

'केसरी'शी मतभेद झाल्यामुळे व त्याचा टिळकभक्त वाचक हा सनातनी प्रवृत्तीचा असल्याने आगरकरांचे लिखाण त्याच्या पसंतीस उतरले नाही. *'जेथे अन्याय असेल त्या विरोधात मी बोलणारच. तिथे आपपर भाव दाखविणार नाही. योग्य ते बोलेन व योग्य तेच लिहीन.* हा बाणा टिळकांना स्वातंत्र्यचळवळीसाठीच्या समाजसंघटनांच्या दृष्टीने अडचणीचा ठरल्याने टिळक-आगरकर यांच्यातील मतभेद वाढत गेले व आगरकर 'केसरी'च्या संपादक मंडळातून बाजूस गेले.

१५ ऑक्टोबर १८८८ पासून आगरकरांनी सुधारकाची सुरुवात केली. काही काळ नामदार गोखल्यांनीही 'सुधारक'ची पाठराखण करणारे अतिशय तर्कशुद्ध व स्फूर्तिदायक लिखाण 'सुधारक' मधून केले. संमतिवयाच्या कायद्यावरून महाराष्ट्रात नेतृत्वाचे दोन तट पडले आणि 'केसरी' विरुद्ध 'सुधारक' असे अटीतटीचे वृत्तपत्रीय रण माजले. आगरकरांचे लिखाणही अतिशय तेजस्वी व स्फूर्तिदायक होते. भाषिक वृत्तपत्रीय लिखाणाकडे सरकारचे लक्ष वेधण्याच्या सवयीला आगरकरांचे लिखाणच कारणीभूत ठरले. ही गोष्ट त्यांच्या विरोधकांनीही मान्य केली.

दुर्दैवाने महाराष्ट्रातील महापुरुषांच्या नशिबी असणारा 'अल्प वयात मृत्यू'चा शाप आगरकरांनाही भोवला. १८८५ साली वयाच्या अवघ्या ३९ व्या वर्षी त्यांचे निधन झाले. आगरकरांच्या निधनानंतर प्रा. वासुदेव पटवर्धन, सीतारामपंत देवधर, विनायकराव जोशी यांनी पुढील काही वर्षे 'सुधारक' चालवण्याचा व त्याचे पुनरुज्जीवन करण्याचा प्रयत्न केला, पण तो अयशस्वी ठरला.

'सुधारक' पाठोपाठ १८८९ साली मुंबईत निघालेल्या 'वार्ताहर' ने मोठी लोकप्रियता मिळवली. दर रविवारी प्रकाशित होत असणाऱ्या 'वार्ताहर'मध्ये नेमक्या बातम्या, प्रादेशिक वार्तापत्रे व ब्रिटिशांचे अन्याय याखेरीज विविध विषयांवर निबंध व संस्थानिकांविषयी माहिती असा मजकूर छापला जात असे. प्रसिद्धीकाळात 'वार्ताहर'ने मोठी लोकप्रियता मिळवली.

वेगळे रस्ते

१८४० पासून सुरू झालेला मराठी वृत्तपत्रांचा हा प्रवास आता चांगली गती पकडू लागला होता. देशात घडणाऱ्या घटना, राजकीय परिस्थितीचे विश्लेषण व समाजातील अपप्रवृत्तींचे विश्लेषण वृत्तपत्रातून होत असल्याने वृत्तपत्र हे माध्यम लोकप्रिय ठरले. राजकारणाइतकेच समाजसुधारणांचे क्षेत्रही महत्त्वाचे आहे, याकडे 'सुधारक'मुळे लोकांचे लक्ष वेधले गेले. शिक्षणाचे प्रमाण वाढले असल्याने वाचनातील विविधताही वाढत होती. याचीच परिणती थोर साहित्यिक हरी नारायण आपटे यांचे 'करमणूक' हे पत्र सुरू होण्यात झाली. यापूर्वी 'पुणे वैभव' मधून हरिभाऊंच्या कादंबऱ्या प्रकाशित झाल्या होत्या. कादंबरीलेखक म्हणून ते प्रसिद्धी पावले होते. करमणूक पत्र काढण्याचा हेतू मराठीभाषा जाणणाऱ्यांचे मनोरंजन करून त्यांना व्यावहारिक, शास्त्रीय गोष्टींचे ज्ञान करून देणे हा होता. याआधी 'मनोरंजन' व 'निबंधचंद्रिका' या मासिकाची सुरुवातही १८८६ मध्ये हरिभाऊंनी केली होती. ***'सुधारक' व 'केसरी' ही पत्रे ज्या विषयांवर कठोर लिखाण करतात तसे न करता प्रेमळ आईप्रमाणे गोड शब्दांनी मायेचे शासन करणाऱ्या आईचे काम हे पत्र करेल; पण फाजील लाड करण्याचे काम हे पत्र करणार नाही असे 'करमणूक' कारांनी जाहीर केले. यात आचरट व पाचकळ मजकुराला जागा असणार नाही आणि सर्व वयाच्या वाचकांना वाचनीयच मजकूर पुरवला जाईल,*** असे ध्येय हरिभाऊंनी ठेवले होते; पण लक्षात कोण घेतो' या सारख्या कादंबऱ्या, 'गार्लफिल्ड' चरित्रासारखी उद्बोधक चरित्रे व अखेरीस स्फुट गोष्टी, टीकापर लिखाण, चटकदार बातम्या, थोरांची चरित्रे आदींच्या समावेशाने ही 'करमणूक' लोकांची आवडती झाली.

करमणूक

Register No. B. 9

POONA SATURDAY 3 AUGUST 1901

पुणें—शनिवार तारीख ३ माहे आगस्ट सन १९०१. अंक ३९ वा.

RAMCHANDRA GOVIND & SON,

BOMBAY

CHARGES MODERATE

नवीन ऐतिहासिक ग्रंथ.

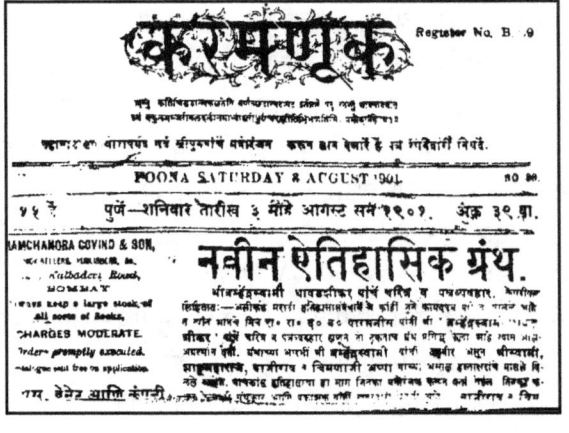

२७ वर्षे चालल्यानंतर १९१७ साली 'करमणूक' बंद पडले. 'करमणूक'ची नक्कल करण्याचा प्रयत्न अनेकांनी केला; पण त्याला हरिभाऊंची सर आली नाही. या पाठोपाठ आपल्या वृत्तपत्रीय लिखाणाचा ठसा उमटवणारे शिवराम महादेव परांजपे यांनी 'काळ' हे वृत्तपत्र १८९८ च्या पाडव्यापासून सुरू केले. 'काळकर्ते' परांजपे हे महाराष्ट्र कॉलेजमध्ये प्राध्यापक म्हणून १८९६ साली रुजू झाले. हजारोंच्या जनसमूहाला आपल्या उपरोधिक बोलण्याने मोहित करण्याची शक्ती त्यांच्यामध्ये होती. वृत्तपत्रातही त्यांचे लेखन व्याजोक्तिपूर्ण असे. 'काळ'कर्त्यांनी मराठीभाषेत व्याजोक्तीपूर्ण लिखाणाचा नवा प्रवास सुरू केला. दुर्दैवाने १० वर्षांतच 'काळ' बंद पडले. 'काळ'मधील सरकारविरोधी लिखाणाबद्दल शासनाने 'काळ'कर्त्यांना इशारे दिले. अखेरीस १९०८ साली 'काळ'कर्त्यांवर राजद्रोहाचा खटला होऊन १९ महिने तुरुंगवासाची शिक्षा झाली.

काळकर्ते शिवराम परांजपे

'काळ'मधील निवडक लेखांचे भागही सरकारने आक्षेपार्ह ठरवून जप्त केले. सरकार धार्जिण्या वृत्तपत्रांनी 'काळ'विरुद्ध काहूर माजविले. या विरोधात 'काळ'ने सरकार आणि लोकांना अशी तंबी भरली की, आमच्यातील स्वदेशभक्तीचा अंश कमी होणे शक्य नाही. ते काकणभर जास्तच होईल. आमचे धोरण मान्य नसेल, तर सरकारने आमच्यावर जरूर बंदी घालावी. काळमधील अनेक निबंध मराठी साहित्याचे लेणे म्हणून आजही मिरवले जातात.

१९०० अखेर महाराष्ट्रात खालील वृत्तपत्रे प्रकाशित झाली. – (१) अरुणोदय (२) इंदुप्रकाश (३) करमणूक (४) कल्पतरू आनंदवृत्त (५) कामगार (६) केसरी (७) मुरारजी (८) चिकित्सक (९) जगदादर्श (१०) जगद्धितेच्छू (११) जगद्मित्र (१२) दीनबंधू (१३) देशसेवक (१४) नाशिकवृत्त (१५) नेटिव्ह ओपिनियन (१६) न्यायसिंधू (१७) न्यायसुधा (१८) प्रभात (१९) बकूल (२०) बडोदावत्सल (२१) बेळगाव समाचार (२२) बोधसुधाकर (२३) प्रभाकर (२४) महाराष्ट्रमित्र (२५) मुत्सद्दी (२६) मोदवृत्त (२७) वऱ्हाड समाचार (२८) वार्ताहर (२९) विद्याविलास (३०) वृत्तसार (३१) वेंगुर्ले वृत्त (३२) श्री शाहू (३३) समर्थ (३४) सत्यशोधक (३५) सुधारक (३६) सुबोध-पत्रिका (३७) सुबोध-सिंधू (३८) ज्ञानचक्षु (३९) ज्ञानप्रकाश (४०) ज्ञानसागर (४१) ज्ञानोदय.

यांतील बहुतांश वृत्तपत्रे १९०० साल उजाडता उजाडता बंद पडली होती.

यानंतरचा मराठी वृत्तपत्रांचा कालखंड हा अतिशय महत्त्वाचा आहे. याआधीच्या कालावधीत वृत्तपत्रांनी राष्ट्रीय जागृती आणि ज्ञानाची भूक वाढवली होती. ती वाचनाची भूक भागविण्यासाठी एकापाठोपाठ एक वृत्तपत्रे निघत होती. वृत्तपत्रांच्या लेखनशैलीत व रचनेत आधुनिक वळण येऊ लागले होते. देशभरात राष्ट्रीय भावना जागरूक झाली असल्यामुळे वृत्तपत्रांचे केंद्र पुणे-मुंबई पुरते मर्यादित न राहता ते सर्वदूर महाराष्ट्रात पोचून सर्व समाजाचे 'वृत्तपत्र' हे महत्त्वाचे अंग बनले होते. त्या काळी मागास समजल्या जाणाऱ्या वऱ्हाडातही 'वऱ्हाड समाचार,' 'देशसेवक' आदी वृत्तपत्रे निघत होती.

१९०४ साली १५ ऑगस्टपासून 'ज्ञानप्रकाश' द्वि-साप्ताहिक स्वरूपात प्रकाशित होऊ लागला होता. १९०५ मध्ये 'भाला'कार भास्कर बळवंत भोपटकरांचे 'भाला' हे १० दिवसांनी निघणारे मतपत्र उल्लेखनीय मानावे लागेल. 'भाला'तील

लिखाण अतिशय स्फूर्तीपूर्ण होते. यानंतर १९०६ साली सावंतवाडीतून 'सरदेसाई विजय', १९०७ साली धुळ्यातून 'मुमुक्षू, 'देशसेवक', 'हितवाद', कोल्हापूरहून १९०७ साली 'विजयी मराठा', १९०८ साली प्रगती, १९०८ सालीच 'खानदेश समाचार, कुलाबा जगत्वृत्त', १९०९ साली 'वैद्यकपत्रिका व हिंदूपंच' अशी वृत्तपत्रे निघत होती. 'देशसेवक' हे वृत्तपत्र नागपुरात चांगले लोकप्रिय झाले होते. त्याची संपादकीय जबाबदारी प्रारंभी हरिपंत पंडित यांनी सांभाळली. यानंतर गोपाळराव ओगले यांच्याकडे ही संपादकीय जबाबदारी होती. पुढे संदेशकार अच्युतराव कोल्हटकर यांचेकडे ही जबाबदारी आली. परंतु राजद्रोहाच्या आरोपाखाली आधी अच्युतराव कोल्हटकर व नंतर ओगले यांचेवर खटले भरले जाऊन १९१० साली देशसेवक बंद पडले.

१९०८ साली राष्ट्रीय मतांचा पुरस्कार करण्यासाठी टिळक आदी राष्ट्रीय पक्षांच्या पुढाऱ्यांनी 'राष्ट्रमत पब्लिशिंग कंपनी' सुरू करून 'राष्ट्रमत' हे वृत्तपत्र मुंबई शहरात सुरू केले. हे पत्र त्या काळात फार लोकप्रिय ठरले; पण त्याचे संपादक सीतारामपंत दामले यांचेवर राजद्रोहाचा खटला होऊन तुरुंगवास भोगावा लागला व नंतर 'राष्ट्रमत' हे वृत्तपत्र बंद पडले.

१९०५ नंतरचा कालखंड वृत्तपत्रांना अतिशय कष्टाचा गेला. १९०६ साली 'भाला'कार भोपटकरांना राजद्रोहाची शिक्षा झाली. १९०७ साली यवतमाळचे 'हरिकिशोर' हे पत्र खटला होऊन बंद पडले. त्यांनतर विहार, अरुणोदय, प्रतोद, स्वराज्य, विश्ववृत्त, वगैरे नियतकालिकांवर सरकारी खटले होऊन ती बंद पडली.

'भाला'कार भास्कर बळवंत भोपटकर

संस्थानी हद्दीतील वृत्तपत्रांवरही या काळात खटले भरण्यात येऊन ती बंद पाडण्यात आली. १९१० साली 'प्रेस ॲक्ट' कायदेमंडळात मंजूर झाला. या कायद्यानुसार संपादकाप्रमाणेच मुद्रकालाही आक्षेपार्ह मजकुरासाठी जबाबदार धरण्यात येऊन दंडाच्या आकारणीसह मुद्रणालये जप्त करण्याची तरतूद सरकारने केली. या कायद्याचा वृत्तपत्रांना फार त्रास झाला. वृत्तपत्रीय लिखाण करणे ही तारेवरची कसरत ठरली. जामिनकीची रक्कमही भरणे अवघड झाल्याने अनेकांनी आपली वृत्तपत्रे बंद केली. यानंतरचा कालखंड हा पहिल्या महायुद्धाचा कालखंड म्हणून ओळखला जाऊ लागला.

'युद्धस्य कथा रम्या' अशी जनभावना असल्याने युद्धाच्या वार्ता अतिशय

लोकप्रिय बनल्या. याबाबत सरकारी धोरण 'इंग्लंड'चा विजय व्हावा असेच असल्याचे सरकारचाही वृत्तपत्रांना स्वतःच्या स्वार्थासाठी वापर करणे आणि अशा मजकुराला उत्तेजन देणे, हा धोरणात्मक बदल घडला. यादरम्यान टिळकांची काळ्या पाण्यावरून मुक्तता झाल्याने राष्ट्रीय वृत्तीच्या पत्रांनी जोर पकडला. 'होमरूल'ची चळवळ जोर पकडत असल्याने वृत्तपत्रांचे महत्त्व आणखीनच वाढले. १९१४ हे साल वृत्तपत्रे आणि सर्वच दृष्टींने क्रांतिकारक ठरले. याच सुमारास 'वऱ्हाड केसरी' म्हणून ओळखल्या जाणाऱ्या 'महाराष्ट्र'ने साप्ताहिक रूप घेतले. याच वर्षी मुंबईत 'लोकसेवक', वाईचे 'ज्ञानसाधन' आणि 'आचार्य' ही पाक्षिके सुरू झाली.

या पुढील काळात म्हणजे १९१५ साली 'संदेश' हे वृत्तपत्र अच्युत बळवंत कोल्हटकर यांनी सुरू केले. राष्ट्रीय पक्षाचा पुरस्कार करणारे 'संदेश'चे स्वरूप होते. त्यातील अग्रलेख, बातम्या, सदरे, मांडणी हे सारेच विलक्षण होते.

अच्युतरावांच्या वृत्तपत्रीय निष्ठा इतक्या खंबीर होत्या की नागपूरमध्ये भरलेल्या अधिवेशनाची सूत्रे सांभाळणाऱ्या आपल्या सुधारकी मानसिकतेच्या वडिलांच्या, खुद्द वामनरावांच्या विरोधात 'हे आमचे वडील नव्हेत' हा अग्रलेख लिहिण्यासही अच्युतरावांनी कुचराई केली नाही. व्यक्तिगत नात्यापेक्षा पत्रकाराचा विचार श्रेष्ठ हे त्यांनी आपले कायमचे ब्रीद मानले आणि त्याचे परिणामही भोगले.

अच्युतराव कोल्हटकर

नागपुरात पत्रकारिता करत असताना अच्युतरावांना १८ महिन्यांचा कारावासही भोगावा लागला. पुढे नागपूर हे कार्यक्षेत्र लहान वाटू लागल्याने त्यांनी मुंबईत 'संदेश'ची सुरुवात केली.

'संदेश'ने आपल्या वृत्तपत्रात अनेक नवी सदरे, नाट्यपरीक्षणे, आकर्षक बातम्या, युद्धाच्या हालचाली, राजकारण, समाजकारण, प्रशासकीय अन्याय इ. त्या काळात वृत्तपत्रांना नवखे असणारे विषय हाताळून वृत्तपत्रांचे रूपच बदलून टाकले. यामुळे संदेशचा खप काही हजारांवर गेला. पण पुढे आपले गुरू लोकमान्य टिळक यांच्यावरच 'टिळक बाळंत झाले' या अग्रलेखात टीका केल्याने आणि राष्ट्रीय पक्षावरही आपल्या मतांसाठी हल्ला करण्यास मागे-पुढे न पाहिल्याने 'संदेश' आणि अच्युतरावांची लोकप्रियता ढासळत गेली आणि याचा परिणाम 'संदेश'वर होऊन हे वृत्तपत्र बंद पडले.

पण आपल्या आचार, लेखनशैलीने आणि अथक परिश्रमाने मराठी वृत्तपत्रसृष्टीला नवा चेहरा देण्याचे काम अच्युतरावांनी केले, हे विसरता येणार नाही.

आज क्रिकेटमध्ये वापरले जाणारे अनेक मराठी प्रतिशब्द उदा. फलंदाज, गोलंदाज, क्षेत्ररक्षक आणि चित्रपट-नाट्य परीक्षणे, प्रत्यक्ष जागेवर जाऊन केलेले वृत्तान्त, क्रिकेट सामन्याच्या बातम्या आदी आज लोकप्रिय असलेली सदरे आणि आज विस्तृत स्वरूप घेतलेले गॉसिप कॉलम ही अच्युतरावांनी मराठी वृत्तपत्रसृष्टीला दिलेली देणगी आहे.

१९१९ मध्ये पुण्यात 'लोकसंग्रह' हे दैनिकसुरू झाले. १९२० मध्ये टिळकांच्या निधनानंतर लोकसंग्रहच्या व्यवस्थापनाने 'लोकमान्य' हे दैनिक मुंबईत सुरू करण्याचा प्रयत्न केला पण तोही असफल झाला.

याच काळात ना. ह. आपटे यांचे 'आझाद' सातारा येथून सुरू झाले. कोठारी कुलकर्णी यांचा 'सहस्रकार' १९१५ ला मुंबईत सुरू झाला. 'हास्यविनोद' नावाचे विनोदी साप्ताहिक याच काळात निघाले, जे अल्पावधीत बंद पडले.

ब्राह्मणेतर चळवळीने याच काळात जोर पकडल्याने आणि त्या चळवळीतील कार्यकर्त्यांनी आपली वृत्तपत्रे सुरू केली. त्यांत वा. रा. कोठारी यांचे 'जागरूक', पालेकर यांचे 'जागृती', श्रीपतराव शिंदे यांचे 'विजयी मराठा' या वृत्तपत्रांचा उल्लेख करावा लागेल.

शंकराचार्यांच्या नेतृत्वाखाली 'स्वधर्म' आणि गजाननराव वैद्य यांचे 'स्पर्धा' ही पत्रेही याच काळात निघाली. याचबरोबर धार्मिक वृत्तपत्रे याच काळात जन्मास आली. 'विचारसाधन' या नावाचे साप्ताहिकही पुण्यात १९१९ साली सुरू झाले. पण ते लगेचच बंद पडले.

याच काळात 'सुधारक' चे पुनरुज्जीवन करण्याचा प्रयत्न झाला. पण आर्थिक भार न सोसल्याने ते पुन्हा बंद पडले. मुंबईत याच काळात के. सी. ठाकरे यांनी 'प्रबोधन' या साप्ताहिकातून 'सुधारक' चे कार्य पुढे नेण्याचा प्रयत्न केला; पण तो फार काळ तग धरू शकला नाही. प्रबोधनकार ठाकरे हे सुधारकच.हे शिवसेनाप्रमुख बाळासाहेब ठाकरे यांचे वडील होत.

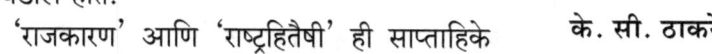

के. सी. ठाकरे

'राजकारण' आणि 'राष्ट्रहितैषी' ही साप्ताहिके १९१९ मध्ये पुण्यात सुरू झाली. पण ती लवकरच बंद पडली. 'राजकारण' या नावाचे राष्ट्रीय पक्षाला वाहिलेले साप्ताहिक याच काळात सुरू झाले. पण ते लोकप्रिय होऊनही बंद पडले.शि. म. परांजपे यांनी याच सुमारास 'स्वराज्य' हे साप्ताहिक सुरू केले. पण त्याला लोकप्रियता लाभली नाही आणि मुळशी सत्याग्रहात शि. म. परांजपे यांना शिक्षा झाल्याने हे पत्रही अल्पायुषी ठरले.

लोकमान्यांच्या निधनानंतर कृष्णाजी प्रभाकर खाडिलकर यांच्या संपादकत्वाखाली 'लोकमान्य' हे दैनिक पुण्यात सुरू झाले. त्याला खाडिलकरी लेखणीने अफाट लोकप्रियता मिळाली; पण व्यवस्थापनात आर्थिक वाद निर्माण होऊन हे पत्रही अल्पावधीत बंद झाले आणि लोकमान्यचे संपादक खाडिलकर यांनी आजपर्यंत लोकप्रिय असलेल्या 'नवा काळ' चा प्रारंभ मुंबईत केला. या नंतर 'लोकमान्य'चे पुनरुज्जीवन करण्याचा प्रयत्न झाला. पण तो अल्पकाळच टिकला. १८६२ पासून सुरू असलेले 'इंदुप्रकाश' १९२४ मध्ये बंद पडले.

याच काळात 'प्रभात' या दैनिकातही अच्युतराव कोल्हटकर यांच्या लेखणीने लोकप्रियता मिळवली. पुढे प्रभात मुंबईहून पुण्यात स्थलांतरित झाले. जे आजअखेर सुरू आहे.

१९२९ मध्ये पुण्याच्या 'ज्ञानप्रकाश'ने आपली मुंबई आवृत्ती सुरू केली. हे मराठीतील पहिले सायंदैनिक होते. हे दुपारी प्रकाशित होई. याच काळात 'लोकहित' नावाचे सायंदैनिकही सुरू झाले; पण ते अल्पावधीतच बंद पडले. फक्त बातम्या देणारे आणि अग्रलेख, लेख यांना स्थान नसणारे 'ताजी बातमी' हे दैनिक मुंबईत याच काळात सुरू झाले. त्याने लोकप्रियताही मिळवली; पण ते अल्पावधीतच बंद पडले.

सकाळचे आगमन

याच काळात पुण्यातही दैनिकांचे पेव फुटले. त्यांत सर्वांत लोकप्रिय ठरले डॉ. ना. भि. परुळेकरांचे 'सकाळ.' अमेरिकेत शिकून आलेल्या परुळेकरांनी मराठी वृत्तपत्रांचा चेहराच बदलून टाकला. 'सकाळ'ने बातम्या आणि विषयांच्या वैविध्याने अतिशय वेगळे रूप धारण केले. जड विषयांवर लिखाण न करता सामान्य विषयांवर आकर्षक लिखाण करणारे 'सकाळ' पुढे अतिशय लोकप्रिय ठरले, ज्याची लोकप्रियता आजही टिकून आहे.

सकाळकार ना. भि. परुळेकर हे उच्चविद्याविभूषित आणि परदेशात जाऊन वृत्तपत्र विषयक अनुभव आणि शिक्षण घेऊन आले होते. राजकारणाखेरीज लोकोपयोगी अनेक सामाजिक अंगांना वृत्तपत्राने स्थान दिले पाहिजे ही त्यांची भावना होती. त्यामुळे समाजातील अनेक दुर्लक्षित पण महत्त्वाच्या विषयांना, देश विदेशातील बातम्यांना आधुनिक वृत्तपत्रशास्त्रातील संकेतांनुसार परुळेकरांनी स्थान दिले. सकाळ हा विद्वानांना जवळचा वाटत नसला तरी तो सामान्य जनतेचा मुखपत्र बनला आणि ही जबाबदारी भविष्यातही आजवर सकाळने कसोशीने पार पाडली. पुढे ८० च्या दशकात सकाळची मुंबई, नंतर कोल्हापूर, नाशिक, सोलापूर, नागपूर आदी आवृत्त्या सुरू झाल्या. आता तर सकाळच्या जवळपास महाराष्ट्रातील सर्व भागातून आवृत्त्या निघत आहेत.

सकाळने स्वराज्य हे साप्ताहिकही अनेक वर्षे चालविले. तेही अनेक वर्षे लोकपियतेच्या शिखरावर होते. नवसाक्षरांपासून विद्वानांपर्यंत सर्वांना आवडेल आणि रुचेल असा मजकूर देण्याचे सकाळचे धोरण सकाळच्या लोकप्रियतेस कारणीभूत ठरले.

डॉ. ना. भि. परुळेकर

डॉ. ना. भि. परुळेकरांनंतर सकाळची जबाबदारी श्री. ग. मुणगेकर या त्यांच्या शिष्याकडेच आली. त्यांनीही परुळेकरांचे धोरणच पुढे राबविले.

मराठीत नियमितपणे प्रकाशित होणारे अर्थमंथन आणि शेतीला वाहिलेले ॲग्रोवन ही प्रकाशने आणि साप्ताहिक सकाळ हे पत्रही सकाळने सुरू केले. 'सकाळ टाइम्स' नावाचे इंग्रजी दैनिकही सकाळने सुरू केले. त्यातील ॲग्रोवन आणि साप्ताहिक सकाळ आजही लोकप्रिय आहेत.

१९२५ मध्ये ज्ञानकोशकार केतकर यांनीही 'पुणे समाचार' हे दैनिक सुरू केले, पण ते बंद पडले. याच काळात 'शांतिदूत' हे दैनिक सुरू होऊन पाच वर्षे चालले. लिंगायत समाजाचे 'वीरशैव केसरी' हे साप्ताहिकही याच काळात पुण्यात सुरू झाले. याच संपादकांनी 'शांतिदूत' हे दैनिक सुरू केले. पण तेही ४ – ५ वर्षांत १९३५चे सुमारास बंद पडले.

'लोकशक्ती' हे द्वि–साप्ताहिक १९३५ ला आचार्य जावडेकर यांनी पुण्यात सुरू केले. याच सुमारास अलिबाग येथून 'राष्ट्रतेज' हे साप्ताहिक सुरू झाले.

ब्राह्मणेतर चळवळीतून अनेक वृत्तपत्रे याच काळात सुरू झाली. पुढारलेल्या लोकांनी मागासांची केलेली गळचेपी वाचकांसमोर मांडण्याचे काम या पत्रांनी केले. त्यात प्रामुख्याने 'जागृती, 'राष्ट्रवीर', 'विजयी मराठा, गरिबांचा कैवारी, गरुड, तरुण मराठा' ही कोल्हापूरची, 'कैवारी' मुंबई व 'मजूर' पुणे यांचा उल्लेख करावा लागेल. याच काळात आज लोकप्रिय असलेले 'पुढारी' हे वृत्तपत्र सुरू झाले. जे खऱ्या अर्थाने पुढे दक्षिण महाराष्ट्राचे मुखपत्र बनले.

याच काळात अनेक जिल्ह्यांच्या ठिकाणीही वृत्तपत्रांचा उदय झाला; पण त्यांचा दर्जा अतिशय सामान्य होता. पण त्यात 'बलवंत, सत्यशोधक (रत्नागिरी)', 'ऐक्य,' 'समर्थ' (सातारा)', 'उदय (अमरावती)', सावंतवाडीचा 'वैनतेय' आणि कुलाब्याचा 'कुलाबा समाचार'चा विशेष उल्लेख करावा लागेल. याच काळात सोलापूरचे 'कर्मयोगी' हे साप्ताहिक लष्कराच्या रोषास बळी पडले आणि संपादक रामभाऊ राजवाडे यांना सात वर्षे शिक्षा झाली. याच काळात आपली ब्रिटिश शासन विरोधात मते मांडल्याबद्दल ब्राह्मणगावकर, ग. वि. पटवर्धन, वि. ना. मंडलिक, 'नौबत'चे लालजी पेंडसे यांना

लिखाणाबद्दल कारावास भोगावा लागला.

याच काळात सोलापुरात 'धनुर्धर', 'सारथी', 'सोलापूर समाचार', 'विजय' ही दैनिके व साप्ताहिके सुरू झाली. अहमदनगरमधून १९३४ मध्ये 'युगांतर', 'नगर समाचार', नगर काँग्रेसने १९३६ पासून 'संघशक्ती' या नावाची साप्ताहिके सुरू केली.

१९०१ ते १९३५ या कालावधीत काही आकर्षक साप्ताहिकेही निघाली. पण ती फार काळ चालली नाहीत, तरी आपल्या प्रकाशनकाळात ती वैशिष्ट्यपूर्ण होती. यांतील अनेक निखळ मनोरंजनास वाहिलेली होती. यात प्रामुख्याने 'मौज, दौलत, सहस्रकावर, प्रफुल्लता' आदींचा उल्लेख करावा लागेल. याशिवाय 'तुतारी, विविधवृत्त, विहार, वसुंधरा दुनिया, क्रांती' ही मुंबईहून व 'सत्यवादी' हे साप्ताहिक कोल्हापुरातून प्रकाशित होत होते.

प्रगती या साप्ताहिकाने मुंबईत लोकप्रियता मिळवली होती; पण १९३४ मध्ये ते सरकारी रोषास बळी पडले. यानंतरच्या काळात म्हणजे साधारणपणे १९३५ नंतर वृत्तपत्रांचे पेवच फुटले. एकट्या पुण्यातच १९४० च्या सुमारास सात दैनिके प्रकाशित होत होती. त्यातील दोन आजही लोकप्रिय आहेत. याच काळात 'सकाळ'मधून फुटून निघालेल्या शि. ल.करंदीकर यांनी 'त्रिकाळ' हे दैनिक सुरू केले. पण ते बंद पडले. प्रारंभी 'त्रिकाळ' दिवसांतून तीन वेळा प्रकाशित होत असे. याच काळात अ. ह. गद्रे (समतानंद) यांनी मुंबईतून 'मौज' आणि निर्भीड' ही साप्ताहिके सुरू केली. 'निर्भीड'ने अस्पृश्यतानिवारण, झुणकाभाकर, सहभोजन आदी प्रकल्प राबवले. याच काळात 'धनुर्धारी' हे साप्ताहिक सुरू झाले. त्या नंतर 'नवाकाळ'च्या साहाय्याने 'संध्याकाळ' हे सायंदैनिक मुंबईत सुरू झाले. या दैनिकात प्रारंभी युद्धवार्तांवरच भर देण्यात आला होता. स्वातंत्र्यवीर सावरकरांच्या प्रेरणेने 'श्रद्धानंद' हे साप्ताहिक १९२७ साली सुरु झाले. पण ते फार काळ चालले नाही. याचे संपादक स्वा. सावरकरांचे बंधू डॉ. नारायणराव सावरकर होते. या काळात स्वातंत्र्यवीर सावरकरही अंदमानहून सुटका होऊन रत्नागिरीत स्थानबद्ध होते. त्यांनीही 'श्रद्धानंद, बलवंत, सत्यशोधक, केसरी, लोकमान्य, निर्भीड, माला, किर्लोस्कर' आदी वृत्तपत्रांतून विविध सामाजिक प्रश्नांवर विस्तृत लिखाण केले. याच काळात 'प्रबोधन'कार केशव सीताराम ठाकरे यांनी आपल्या सामाजिक सुधारणाविषयक लिखाणाने महाराष्ट्रातील समाजजीवन ढवळून काढले.

अ. ह. गद्रे (समतानंद)

माध्यमातील राजकारण

१९९४ साली वऱ्हाडात महाराष्ट्र नामक साप्ताहिक सुरू झाले. त्याचा इतका बेलबाला झाला की ते वऱ्हाडचा केसरी समजले गेले.

पुढच्या वर्षी अच्युतराव कोल्हटकर यांनी संदेश हे पत्र सुरू केले. त्यापूर्वी आपल्या तेजस्वी लेखनामुळे कोल्हटकर प्रसिद्धी पावले होते. त्यामुळे संदेशचा बोलबाला झाला. महायुद्धाच्या ताज्या व चटकदार बातम्या आणि आंतरराष्ट्रीय प्रश्नांचे सुबोध विवेचन यांमुळे त्याचा खप खूप वाढला. पण पुढे अच्युतरावांनी राष्ट्रीय नेत्यांवर टीका सुरू केल्यामुळे त्यांच्या पत्राची लोकप्रियता कमी झाली. तथापि त्यांनी दोन तपांच्या काळात जे विपुल लेखन केले, त्याला मराठी साहित्यात मानाचे स्थान मिळाले आहे.

१९२३ – २४ च्या सुमारास नागपूरात दोन मराठी दैनिके सुरू झाली. पण ती बंद पडली. त्यातील एकाचे नाव 'खबर' होते. याच सुमारास 'स्वातंत्र्य' नावाचे दैनिकही १९२४ साली सुरू झाले, पण तेही बंद पडले. या पत्राच्या संपादकपदाची जबाबदारी रा. स्व. संघाचे संस्थापक डॉ. हेडगेवार यांनीही काही काळ सांभाळली.

'तरुण भारत' हे नागपुरातून प्रसिद्ध होणारे दैनिक प्रारंभी साप्ताहिक स्वरूपातच निघत होते. परंतु वारंवार येणाऱ्या राजकीय आपत्तींमुळे ते १९३० साली बंद झाले. १९४४ साली ते दैनिक स्वरूपात पुन्हा प्रकाशित होऊ लागले. याचा मूळ उद्देश महाविदर्भाच्या चळवळीची पाठराखण करणे' तसेच स्वातंत्र्य आंदोलन हा होता. २ जानेवारी १९४४ ला 'तरुण भारत' चे दैनिक स्वरूपात प्रकाशन सुरू झाले. १ ऑक्टोबर १९४९ रोजी 'नरकेसरी प्रकाशन' या संघप्रणीत संस्थेच्या ताब्यात या दैनिकाची सूत्रे आली.

या पत्राची आवृत्ती २० जानेवारी १९५७ रोजी पुणे येथून सुरू झाली. आज पुणे 'तरुण भारत' बंद असला तरी, सोलापूर तरुण भारत' व जळगाव 'तरुण भारत' अद्यापही सुरू आहेत. नागपूर तरुण भारतचे संपादकपद प्रारंभीपासून ग. त्र्य. माडखोलकरांकडे होते. त्यांनी पत्रकारितेतील सर्व संकेतांचे पालन आपल्या संपादकीय कारकिर्दीत केले. पुणे येथून निघणारी नागपूर 'तरुण भारत'ची आवृत्ती १९६८ साली बंद करून पुणे तरुण भारत स्वतंत्रपणे अस्तित्वात आला. अर्थात संघप्रेम हे या वृत्तपत्राचेही धोरण होते. पुणे 'तरुण भारत'चे पहिले संपादक ग. वि. केतकर होते. नंतर चं. प. भिशीकर, नंतर वि. ना. देवधर, चित्तरंजन पंडित राजाभाऊ लवळेकर, डॉ. विश्वास मेहेंदळे, भगवानराव दातार यांनी ही जबाबदारी पार पाडली. या पत्राची 'सांज तरुण भारत' नामक आवृत्तीही मुंबईतून प्रकाशित होत असे. परंतु कामगार प्रश्न व आर्थिक भार यातून मार्ग न निघाल्याने पुणे व मुंबई हे दोन्ही अंक ९० च्या दशकात बंद पडले.

१९२० सुमारास पुढे जगद्विख्यात झालेले नाव पत्रकारितेत प्रवेश कर्ते झाले, ते म्हणजे घटनाकार भीमराव रावजी उर्फ बाबासाहेब आंबेडकर यांचे दलित चळवळीचे मुखपत्र 'मूकनायक'. हे पत्र सुरू केले १९२४ साली या वृत्तपत्रासाठी २०,००० रुपयांचा फंड उभारण्याचा संकल्प करण्यात आला. चवदार तळ्याच्या आंदोलनाच्या निमित्ताने वृत्तपत्र निर्मितीचा प्रश्न पुन्हा ऐरणीवर आला. १९२७ रोजी 'बहिष्कृत भारत'चा पहिला अंक प्रकाशित झाला. स्वतःचे मुद्रणालय उभे राहीपर्यंत हे वृत्तपत्र मोरेश्वर लेले यांच्या विक्रम मुद्रणालयात छापले गेले. याचे संपादक डॉ. बाबासाहेब आंबेडकरच होते.

सुरुवातीपासूनच 'बहिष्कृत भारत'ला आर्थिक अडचणींना तोंड द्यावे लागले. अग्रलेखाचा प्रारंभ करताना त्यांनी अग्रलेखाचा मथळा 'पुनःश्च हरी ॐ' हा लो. टिळकांनी आपली कारकीर्द पुन्हा सुरू होत असलेल्या अग्रलेखास दिलेलाच दिला. डॉ. आंबेडकरांचे लिखाण अतिशय सडेतोड होते. फसवेगिरी करणाऱ्या जाहिराती व अश्लील लिखाणाला त्यांनी प्रतिबंध केला. आर्थिक अडचणींमुळे त्यांनी हे पत्र १९२८ मध्ये काही काळ बंद केले आणि स्वतःच्या मुद्रणालयाची सोय झाल्यावर ते सुरू केले. व्यापक संपादकीय विचार आणि जातिधर्म निरपेक्ष धोरण ही डॉ. आंबेडकरांची वैशिष्ट्ये असल्याने त्यांनी लोकहितवादी देशमुखांनी ७५ वर्षांपूर्वी लिहिलेल्या शतपत्रांचे पुनर्मुद्रण केले. आर्थिक अडचणींमुळे आंबेडकरांचा हा उपक्रम पुढे चालला नाही.

भारतरत्न
डॉ. बाबासाहेब आंबेडकर

पाक्षिक पत्र.

बहिष्कृत भारत

सुबोध वचनें.

आजकालचे प्रश्न.

याच काळात १९३४ साली मुंबईहून 'नवशक्ती' हे दैनिक सुरू झाले. याचे संपादक आचार्य जावडेकर होते. जावडेकर विचारवंत असले तरी पत्रकार नसल्याने ते 'नवशक्ती'ला मानवले नाहीत. पुढे आंबेडकरांनी संपादकपदाचा त्याग केला. 'नवशक्ती' या दैनिकाला खरे रूप मिळाले ते प्रभाकर पाध्ये यांच्यामुळे. पाध्ये हे समाजवादी विचारवंत 'नवशक्ती'चे संपादक झाले. १९५३ पर्यंत त्यांनी ही जबाबदारी पार पाडली. नंतर पु. रा. बेहरे हे नवशक्तीचे संपादक झाले.

दि. शं. जवळकर

पण अतिरेकी काँग्रेस भक्तीमुळे नवशक्ती आपला प्रभाव हरवून बसली. दि. शं. जवळकर यांनीही केशवराव जेधे यांच्या मदतीने महाराष्ट्रभर लोकप्रियता मिळवली. लोकमान्य टिळकांच्या नेतृत्वाला आव्हान देण्याचे धाडस जवळकरांनी केले; पण त्यांची भाषा ही कायद्याची बंधने झुगारून अश्लीलतेकडे झुकल्याने ते अनेकदा वादाच्या भोवऱ्यात सापडले.

दक्षिण महाराष्ट्र व मराठवाडा

बेळगावहून प्रसिद्ध होणारे 'तरुण भारत' हे वृत्तपत्र बाबूराव ठाकूर यांनी १९१९ साली साप्ताहिक स्वरूपात सुरू केले. काही काळाने ते बंद पडले.

१९२८ साली बाबूराव ठाकूर यांनी या साप्ताहिकाचे प्रकाशन पुन्हा सुरू केले. ठाकूर कट्टर स्वातंत्र्यतावादी असल्याने त्यांना सरकारच्या रोषास बळी पडावे लागले. अनेक अन्यायांच्या विरुद्ध 'तरुण भारत'ने जबाबदारीने आपली वृत्तपत्रीय भूमिका पार पाडली. १९५० साली 'तरुण भारत' द्वि साप्ताहिक झाला आणि १९६६ साली त्याचे दैनिकात रूपांतर झाले. संयुक्त महाराष्ट्राच्या सीमाप्रश्नातील चळवळीचे मुखपत्र म्हणून आजही तरुण भारत कार्यरत असून दक्षिण महाराष्ट्रातील एक महत्त्वाचे वृत्तपत्र म्हणून त्याच्याकडे पाहिले जाते. याच सुमारास कोल्हापुरातून १९२६ साली 'सत्यवादी' या पत्राची सुरुवात झाली. १९४७ साली त्याचे दैनिक झाले. याचे संपादक बाळासाहेब पाटील यांनी नेमस्तपणाचे धोरण अवलंबत हे पत्र चालवले.

मुंबईत पत्रकारितेचे धडे गिरवणाऱ्या गणपतराव जाधवांनी १९३० पर्यंत 'कैवारी' या वृत्तपत्राची जबाबदारी मुंबईत सांभाळली होती. पत्रकार म्हणून ते लोकप्रिय ठरले. अच्युतराव कोल्हटकर, मामा वरेरकर, समतानंद गद्रे आदी जातिभेद न मानणाऱ्या पत्रकारांशी त्यांचा घनिष्ठ संबंध आला. परंतु कैवारीचे मालक जवळकरांचा अकाली

मृत्यू झाल्याने त्यांना कोल्हापुरात यावे लागले. काही काळ त्यांनी सत्यवादीत काम केले. १९३३ साली त्यांनी 'सेवक' हे साप्ताहिक सुरू केले. 'सेवक' हे साप्ताहिक कोल्हापुरात लोकप्रिय ठरले.

१ जानेवारी १९३९ पासून 'पुढारी' दैनिक स्वरूपात निघत असला तरी प्रथम तो साप्ताहिक स्वरूपात होता ; पण यावर प्रारंभी संपादकीय जबाबदारी सांभाळत असूनही गणपतरावांचे नाव नव्हते. यात बहुजन समाजाचे प्रश्न मांडण्यासाठी वृत्तपत्राची गरज भासल्याने 'पुढारी' दैनिक स्वरूपात प्रकाशित होऊ लागला. तरीही 'पुढारी'ने वृत्तपत्राचे सर्वसमावेशक स्वरूप कायम ठेवले. मुळातच आधुनिक विचारांच्या अच्युतराव कोल्हटकरांसारख्यांच्या सांन्निध्यात 'पुढारी'कारांची पत्रकारिता बहरली असल्याने त्यांनी टोकाच्या पत्रकारितेचा अवलंब केला नाही. आजही विदर्भ आणि मराठवाडा वगळता 'पुढारी'ने संपूर्ण महाराष्ट्रात महत्त्वाचे स्थान प्राप्त केले आहे.

पुढारीकार
गणपतराव जाधव

भारतात ब्रिटिशांची राजवट असली तरी मराठवाडा मात्र निजामाच्या हुकूमशाहीच्या अंकित होता. त्यामुळे तेथील प्रजेला कोणतेही स्वातंत्र्य नव्हते. १९४८ पर्यंत वृत्तपत्रे व स्वातंत्र्य ही दोन नावेही मराठवाड्यात वर्ज्य होती. १८७७ पूर्वी 'निजाम विजय' या नावाचे एक वृत्तपत्र हैदराबादेतून निघत होते. त्यानंतरही 'बोध' नावाचे एक मासिक हैदराबादेतून सुरू झाले. पण ते निजामी रोषाला बळी पडून बंद पडले. यानंतर 'निजामविजय'वरही कायम सरकारी बंधने येतच राहिली. निजामी राजवटीत छापखाना काढण्यासाठीही सरकारी परवानगी गरजेची होती. त्यामुळे वृत्तपत्रे निघणे शक्यच नव्हते.

१९२९ पासून हैद्राबादेत बाहेरून येणाऱ्या अनेक वृत्तपत्रांवर बंदी आली. त्यामुळे निजामी राजवट संपेपर्यंत वृत्तपत्र निघणे शक्य नव्हते. तरीही स्वातंत्र्य चळवळीतील काही मराठवाड्यातील कार्यकर्त्यांनी तेथील प्रश्नांना तोंड फोडण्यासाठी पुण्यातून 'मराठवाडा' हे पत्र सुरू केले. याचे संपादक आनंदराव वाघमारे यांनी अतिशय जहाल भाषेत ब्रिटिश व निजामाविरुद्ध अंगार फुलवला. मराठवाड्यातील लोकांसाठी ही अतिशय रोमांचक घटना होती.

परंतु, पुण्यातून निघणारे हे पत्र निजामी राजवटीत वाचले जाऊ नये म्हणून निजामाने सर्व मार्ग अवलंबिले. ब्रिटिश सरकारच्या मदतीने 'मराठवाड्यावरही बंदी घालण्यात आली. पण या खेळीने न डगमगता संपादक वाघमारे यांनी ज्या पत्रावर बंदी येईल त्या जागी नव्या नावाने पत्रे काढण्यास सुरुवात केली. एकापाठोपाठ एक अशी ११ नावे

बदलूनही शासकीय ससेमिरा थांबला नाही. हा वनवास १३ सप्टेंबर १९४८ रोजी संपला. निजामी राजवटीचा अंत होऊन मराठवाडा आपल्या हक्काच्या भूमीत हैदराबादेतून प्रसिद्ध होऊ लागला. १ एप्रिल १९४९ पासून ते अर्ध साप्ताहिक म्हणून प्रसिद्ध होऊ लागले.

भाषावार प्रांतरचनेनंतर हैदराबाद संस्थानातील ५ जिल्हे महाराष्ट्रास जोडले गेले. आणि 'मराठवाडा'चे कार्यालय स्थलांतरित होऊन औरंगाबादला आले. १५ ऑगस्ट १९६८ रोजी 'मराठवाडा' दैनिक स्वरूपात प्रकाशित होऊ लागला. 'मराठवाडा'ने आपली तत्त्वनिष्ठा जपली. शासनातील भ्रष्टाचार कोणतीही किंमत मोजून उघड करण्यास 'मराठवाडा'ने मागेपुढे पाहिले नाही. यामुळे 'मराठवाडा'चे अनंतराव भालेराव यांना कारावासही भोगावा लागला. मराठवाडाने मराठवाड्यातील जनतेचे प्रश्न मांडण्याचे काम कसोशीने केले. याखेरीज 'अमरज्योत' नावाचे साप्ताहिक १९३८ मध्ये निघाले पण त्यावर लगेचच बंदी आली.

याच सुमारास पुण्यातून पुढे नथुराम गोडसे यांच्यामुळे शासकीय अवकृपा भोगावी लागलेल्या 'अग्रणी' या वृत्तपत्रास दा. न. शिखरे यांनी सुरुवात केली. पण आर्थिक पाया बळकट नसल्याने हा अंक आपली लोकप्रियता टिकवू शकला नाही. शिखरे हे गांधीवादी होते. आर्थिक अडचणीत आलेल्या शिखरेंनी आपले दैनिक १९४२ साली बंद केले. त्या वेळी त्यांना ८००० रुपयांचे कर्ज होते. हेच अग्रणी दैनिक गोडसे व आपटे यांनी शिखरेंकडून विकत घेतले. पुढे या पत्राचे नाव 'हिंदूराष्ट्र' असे करण्यात आले.

याच वेळी रत्नागिरीतून 'बलवंत' आणि 'वैनतेय' ही साप्ताहिके निघाली. या दोन्ही वृत्तपत्रांनी आपला दर्जा कसोशीने सांभाळला. नंतर सर्वोदयवादी कार्यकर्त्यांनी१९५८ पासून 'नवकोकण' नावाचे साप्ताहिक सुरू केले. ते १९७७ पर्यंत सुरू केले. सावंतवाडीचे 'वैनतेय'ही आपल्या दर्जामुळे लोकप्रिय ठरले.

१९३८ च्या सुमारास सावंतवाडीहून 'सत्यप्रकाश' नावाचे साप्ताहिक त्रिंबक आण्णाजी धारणकर यांनी सुरू केले. या पत्रानेही राज्यकर्त्यांवर वचक निर्माण केला होता. १९३५ साली पुण्यातून आर्थिक घडामोडींना निव्वळ स्थान असणारे 'अर्थ' हे साप्ताहिक वामन गोविंद काळे यांनी सुरू केले. अर्थ विषयावर निघालेले मराठीतील एकमेव साप्ताहिक म्हणून त्याचा उल्लेख करावा लागेल. या खेरीज अनेक वृत्तपत्रे कमी–अधिक काळासाठी सुरू होऊन बंद पडली.

नाशिक येथे डॉ. कुर्तकोटी यांनी 'स्वधर्म' हे साप्ताहिक सुरू केले. ते १९२९ साली बंद झाले. आज नाशिकमधून निघणारे 'गावकरी' हे दैनिक १९३८ साली पाक्षिक स्वरूपात मालेगाव येथे सुरू झाले. १९३९ मध्ये या पत्राचे नाशिक येथे स्थलांतर झाले. १९४७ च्या दसऱ्याला हे दैनिक झाले. या संस्थेमार्फतच 'अमृत' हे मराठी

डायजेस्ट, चित्रपट विषयाला वाहिलेले 'रसरंग', शेतीविषयक 'कृषिसाधन' ही साप्ताहिके सुरू झाली. गावकरीच्या व्यवस्थापनाखाली 'अजंठा' हे दैनिक औरंगाबादेतून सुरू झाले.

१९११ मध्ये नगरहून 'शेतकरी' नावाचे पत्र सुरू केल्यानंतर १९२३ पर्यंत नगरमध्ये कोणतेही नवे पत्र निघाले नाही. त्यानंतर जवळपास १२ वर्षांनी 'नागरिक' नावाचे पत्र १९२३ मध्ये सुरू झाले; पण ते बंद पडले. १९२८ साली सुरू झालेले 'देशबंधू' हे साप्ताहिक सत्याग्रहाच्या आंदोलनात बंद पडले. ज्योतिषशास्त्रावर आधारित 'भविष्यदीप' हे साप्ताहिक १९३३ पासून नगरमध्ये सुरू झाले. नंतर १९३६ मध्ये 'युगांतर' आणि 'संघशक्ती' ही दोन साप्ताहिके सुरू झाली. १९३९ साली 'संदेश' हे साप्ताहिक नगरमधून सुरू झाले. धुळे व जळगाव येथून १९२१ मध्ये 'प्रबोध' हे पत्र सुरू झाले. १९२३ साली जळगावहून 'आत्मोद्धार' हे साप्ताहिक पत्र सुरू झाले. १९३० साली अमळनेरला सुरू झालेले 'आत्मोन्नती' हे साप्ताहिक लगेचच बंद पडले. याखेरीज जळगावहून 'कलादर्श, वार्ताविहार' आदी साप्ताहिके काही काळ निघाली.

याच काळात धुळ्यात जन्मलेले 'भारत' हे साप्ताहिक 'स्वतंत्र भारत' या नावाने सुरू झाले. हे साप्ताहिक काँग्रेसी विचारांचे होते. स्वातंत्र्यानंतर या साप्ताहिकाचे स्वतंत्र भारत असे नामकरण झाले. पुढे हे दैनिकात रूपांतरित झाले.

साने गुरुजींनी अमळनेर येथून 'छात्रालय' हे हस्तलिखित दैनिक सुरू केले. पुढे 'विद्यार्थी' नावाचे छापील मासिकही त्यांनी काढले. ६ एप्रिल १९३८ ला साने गुरुजींच्या 'काँग्रेस' साप्ताहिकाचा प्रारंभ झाला. १९४० साली काँग्रेसकडून सरकारतर्फे १५००/ – रु. चा जामीन मागण्यात आल्याने हे पत्र बंद झाले. साताऱ्यात १९२४ साली वडूज येथे 'रयत' नावाचे पत्र निघत असे. १९२३ साली 'ऐक्य' चा प्रारंभ साताऱ्यात झाला. त्याने स्वातंत्र्यपूर्व काळात महत्त्वाची कामगिरी बजावली. आता हे पत्र दैनिक स्वरूपात प्रकाशित होते. याशिवाय १९२४ ला 'कैवारी', १९२६ ला 'मूकनायक', १९२७ ला 'भारतवृत्त', त्याचबरोबर शुद्धी, सातारा, खबरदार, मुसलमान आदी साप्ताहिके कऱ्हाडातून निघाली. १९२८ साली 'अभ्युदय' व 'सारथी' ही दोन पत्रे कऱ्हाड व साताऱ्यातून सुरू झाली.

प्रबोधनकार ठाकऱ्यांचे 'प्रबोधन' हे पत्र सातारा रोड येथून काही काळ निघत असे. १९२७ साली साताऱ्यातून 'समर्थ' हे साप्ताहिक सुरू झाले. या खेरीज लोकसेवक, देशसेवक, हंस, 'श्रीशाहू' लोकराज्य, ग्रामोद्धार, जिव्हाळा आणि अंजन आदी पत्रे जुन्या साताऱ्यात निघाली. सांगलीतून 'दक्षिण महाराष्ट्र' हे वर्तमानपत्र १९३० पासून सुरू झाले. १९३० मध्ये 'दख्खन समाचार' हे पत्र सांगलीतून निघू लागले. कोल्हापुरातून आधी उल्लेख केलेल्या पत्रांखेरीज भगवा झेंडा, आर्य, गरुड, आत्मोद्धार, मराठा,

नवजीवन व समाज ही पत्रे निघत राहिली. समाज पुढे दैनिक झाले. पंढरपुरात १९२२ साली 'समर्थ' हे पत्र सुरू झाले. १९२९ साली 'वारकरी' नामक पाक्षिक पंढरपुरातून निघाले. १९३० साली 'विजय' नावाचे दैनिक सोलापुरात सुरू झाले. श्री बसवेश्वरांच्या मतप्रचारांसाठी 'सुदर्शन' हे साप्ताहिक सुरू झाले. याशिवाय जनसत्ता, धनुर्धारी, नमस्कार आदी अल्पजीवी पत्रेही निघाली. १९३७ मध्ये तुळशीदास जाधव यांनी 'लोकसेवा' हे पत्र सुरू केले. पण ते सत्याग्रहात बंद पडले. पुढे हेच पत्र शेतकरी कामकरी पक्षाचे मुखपत्र बनले. सोलापूरचे कवी कुंजविहारी यांनी 'अल्पायुषी', 'सारथी' व 'राजश्री' ही पत्रे काढली. कामगारांचे प्रश्न हाताळण्यासाठी 'एकजूट' हे पत्र निघाले. याशिवाय 'अंगार, तुफान,' 'भागवत धर्म' आदी पत्रेही सोलापुरातून निघाली.

विदर्भातून १९२१ साली 'सुमती' नावाचे साप्ताहिक निघाले पण सरकारी अवकृपेने ते बंद पडले. वामनराव चौधरी यांनी 'तरुण महाराष्ट्र' हे पत्र सुरू केले. नंतर तेही बंद पडले. अकोला येथून 'राजहंस' नावाचे पत्र निघाले. 'युगांतर' हे पत्र १९२६ साली सुरू झाले. त्याच काळी 'ब्राह्मणेतर' हे पत्रही तेथून निघाले. याखेरीज लोकसेवक, सुबोधमाला, महाराष्ट्र केसरी, विदर्भ केसरी व विदर्भ ही पत्रे बराच काळ सुरू राहिली. धर्मविषयक स्पष्ट मत मांडणारे 'नरकेसरी' १९२९ मध्ये नागपूरहून सुरू झाले. १९३४ साली नागपुरातून 'निःस्पृह' नावाचे साप्ताहिक सुरू झाले. पुढे तेही बंद पडले. १९३० ते १९४० दरम्यान 'भवितव्य' या पु. य. व विमलाताई देशपांडे यांनी चालविलेल्या पत्राने चांगलीच प्रसिद्धी मिळवली. १९२४ साली वीर वामनराव जोशी यांनी सुरू केलेले 'स्वतंत्र हिंदुस्थान' हे पत्र १९३० साली बंद पडले. पुढे १९४५ साली याचे पुनरुज्जीवन होऊन त्याचे दैनिक झाले. याशिवाय शेतकरी, समाजसेवक, किसान, सुदर्शन, सूर्यवंशी अशी काही साप्ताहिके निघाली. आज अकोल्यातून निघणारे 'मातृभूमी' हे दैनिक प्रथम साप्ताहिक स्वरूपात निघत असे.

कडव्या हिंदुत्ववादाने भारलेली 'सावधान' व 'आदेश' ही नागपुरातील दोन पत्रे विशेष प्रसिद्धीस आली. पु. भा. भावे यांच्या लेखणीतील आग या पत्रातून वाचकांच्या प्रत्ययास आली. आपल्या जहाल लेखणीने पु. भा. भावे यांनी आचार्य अत्रे यांचीही पळता भुई थोडी केली.

पु. भा. भावे

१९२० पासून राजकीय वृत्तपत्रांशिवाय अन्य विषयांवरील साप्ताहिकांनीही गती घेतली. विविध विषयांवरील मजकूर अतिशय खुलवून देण्याचा प्रघात संदेशकार कोल्हटकरांनी सुरू केला होता. क्रिकेट, चित्रपट,

नाटक आदी विषयांवर खुमासदार माहिती अतिशय सोप्या भाषेत आपल्या दैनिकातून देऊन साप्ताहिकांच्या कल्पनेचा श्रीगणेशा संदेशमधून झालेला. 'मौज' हे साप्ताहिक केवळ करमणूक करण्यासाठी सुरू झाले. 'चित्रा व प्रतिभा' ही पत्रे सामाजिक दृष्टी बाळगून नव्या प्रवाहांचे स्वागत करण्यासाठी सिद्ध झाली व पत्रसृष्टीचा गंभीर चेहरा हळूहळू आनंदी व खेळकर स्वरूपात परावर्तित झाला. मो. ग. रांगणेकरांसारख्या संपादकांची साप्ताहिके लोकप्रिय ठरली. मार्क्सवादाचा प्रभाव सुशिक्षितांच्या पिढीवर पडू लागला, याचे प्रत्यंतर साप्ताहिकातूनही येऊ लागले. अनंतराव गद्रे यांच्या 'मौज' या साप्ताहिकास अच्युतरावांच्या निमित्ताने वाचक मिळाला. मौजने नाट्यसाहित्य व समाजकारण यासह कोणताही विषय वर्ज्य मानला नाही. मौजमध्ये अनेक नामवंत लेखकांनी उमेदवारी केली. मौजचे संपादकपद पुढे वि. पु. भागवतांकडे गेले. अनेक नामवंत मराठी लेखकांची कारकीर्द 'मौज' मधून सुरू झाली. वि. ग. देशपांडे, ज्ञानेश्वर नाडकर्णी, रामदास भटकळ, द्वा. भ. कर्णिक, व्यंकटेश माडगूळकर ही त्यांतली काही वानगीदाखल नावे. साप्ताहिक भविष्य देण्याची प्रथाही 'मौज'ने सुरू केली. १९६० पासून साप्ताहिक 'मौज'चे प्रकाशन थांबले. त्यानंतर मौज फक्त दिवाळी अंक स्वरूपात प्रकाशित होत राहिला.

'विविधता' या साप्ताहिकानेही काही काळ वाचकांत अतिशय लोकप्रियता मिळवली. याखेरीज 'विहार, निर्भीड, नवयुग' आदी साप्ताहिके याच काळात सुरू झाली. 'नवयुग' हे साप्ताहिक आचार्य अत्रे यांनी नावारूपास आणले. मौजचे अनुकरण होणे हे नैसर्गिक होते. त्यामुळे मौजपाठोपाठ 'करमणूक' नावाचे साप्ताहिक १९२५ साली सुरू झाले. या साप्ताहिकात तत्कालीन सभ्यतेच्या मर्यादा ओलांडल्या गेल्याचा आरोप अन्य पत्रांकडून होत होता. याच प्रकारचे 'सचित्र रविवार' हे साप्ताहिकही १९२५ मध्ये सुरू झाले.

मराठी नाटकाला आधुनिक चेहरा देणाऱ्या मो. ग. रांगणेकरांनी वृत्तपत्रक्षेत्रात प्रवेश केला आणि या व्यवसायाला एक नवे रूप आले. 'अरुण' या नावाचे मासिक रांगणेकरांनी १९२८चे सुमारास सुरू केले. हे मासिक चालवताना रांगणेकरांची होणारी आर्थिक कसरत हे मासिक ज्यांच्याकडे छापले जाते त्या रामभाऊ तटणिसांच्या लक्षात आल्याने त्यांनी रांगणेकरांवर भार न पडेल अशा हेतूने 'तुतारी' हे साप्ताहिक १९२८ मध्ये सुरू केले. या साप्ताहिकाला कला व क्रीडा, साहित्य या क्षेत्रांतील कोणताही विषय वर्ज्य नव्हता. सतत नवीन कल्पना आणि लेखक शोधण्यात रांगणेकरांचा हातखंडा होता आणि या काळात रांगणेकरांचे वय अवघे १९ वर्षांचे होते. परंतु पुढे रामभाऊ तटणिसांशी लिखाणविषयक मतभेद झाल्याने रांगणेकरांनी 'तुतारी'शी असलेले संबंध

तोडून टाकले. यानंतर त्यांनी स्वतःच साप्ताहिक काढायचे ठरवले आणि न. र. फाटक यांच्या मदतीने 'वसुंधरा' या साप्ताहिकाची घोषणा केली. वसुंधराही सर्वसाधारणपणे 'तुतारी'सदृश होते. वसुंधराला यश चांगले मिळाले; पण तरीही आर्थिक आघाडीवर अडचणी आल्याने तेही बंद करावे लागले. यानंतर रांगणेकरांनी 'चित्रा' नावाचे साप्ताहिक सुरू केले. यात अनंत काणेकरांनीही लिखाण केले. हे साप्ताहिक १९३५ साली सुरू झाले. हे साप्ताहिक रांगणेकरांबरोबरच काणेकरांच्या लिखाणामुळेही लोकप्रिय ठरले. यानंतर काणेकरांनी 'आशा' नावाचे साप्ताहिक रांगणेकरांच्या मदतीने काढले; पण ते लगेचच बंद पडले. त्र्य. शं. शेजवलकर या इतिहासतज्ज्ञांनी 'प्रगती' नावाचे साप्ताहिक याच काळात सुरू केले. हे साप्ताहिक १९२९ साली सुरू झाले. परप्रांतीयांच्या आक्रमणाचा धोका या साप्ताहिकाने 'गुरख्यांची महाराष्ट्रावर स्वारी' या लेखातून या काळातच व्यक्त केलेला. १९३२ साली हे साप्ताहिक बंद पडले. वाचकांना इतक्या गंभीर विषयावरील साप्ताहिक आवडले नाही. श्रीपाद कृष्ण कोल्हटकरांचे चिरंजीव प. श्री. कोल्हटकर यांनी स्त्रियांच्या समस्यांवर लिखाण करणारे 'संजीवनी' हे साप्ताहिक या काळातच सुरू केले. लक्ष्मीबाई टिळकांची स्मृतिचित्रे या अंकातच प्रथम छापली गेली. वि. वा. शिरवाडकर म्हणजे कुसुमाग्रजही या साप्ताहिकात नियमितपणे कविता लिहीत असत. याच सुमारास 'प्रतिभा' नावाचे पाक्षिक मराठीतील साहित्यिकांनी सुरू केले. हे पाक्षिक१९३२ मध्ये सुरू झाले. यासाठी साहित्यिकांनी स्वतःचे भांडवल दिलेले. ज्यात वि. स. खांडेकर, के. नारायण काळे, ग. त्र्यं. माडखोलकर, वि. ह. कुलकर्णी, हंसा दांडेकर, गं. दे. खानोलकर आदींचा समावेश होता. हे पाक्षिक पूर्णपणे साहित्यविषयालाच वाहिलेले होते. परंतु व्यावहारिकदृष्ट्या हे पाक्षिक चालवणे अवघड झाल्याने १९३४ मध्ये याची मालकी हरीभाऊ मोटे यांचेकडे आली. पण आर्थिकदृष्ट्या न परवडल्याने १९३७ मध्ये हे साप्ताहिक बंद पडले. यापाठोपाठ १९३३ मध्ये अनंत हरी गद्रे यांनी 'निर्भीड' हे साप्ताहिक सुरू केले. यामध्ये सर्व प्रकारच्या विषयांवर मनोरंजक लिखाण, व्यंगचित्र आदींचा समावेश होता. या साप्ताहिकाचा खप थोड्याच कालावधीत १०,००० प्रतींपर्यंत गेला. पण तरीही अनंतराव गद्र्यांच्या बेबंद स्वभावामुळे १९३५ मध्ये हे साप्ताहिक बंद पडले. यानंतर सुरू झालेले 'धनुर्धारी' साप्ताहिक मात्र अनेक वर्षे चालू राहिले. धनुर्धारीमध्ये नामवंत संपादकांनी वेळोवेळी संपादकीय कारकीर्द निभावली. धनुर्धारी हे साप्ताहिक म्हापणकरांच्या भविष्यविषयक लिखाणामुळे हे लोकप्रिय ठरले.

यापाठोपाठ पुढे पत्रकारितेत इतिहास निर्माण करणाऱ्या आचार्य अत्रेंनी 'नवयुग' हे साप्ताहिकही पुढे चालू ठेवले. अनेक साहित्यिक व व्यक्तिगत वाद या साप्ताहिकातून

पुढे आले. या साप्ताहिकातच पु. भा. भावेंच्या ज्वालाग्राही लेखणीचे फटके अत्र्यांना खावे लागले. बेछूट स्वरूपाची पत्रकारिता नवयुगमध्ये अत्र्यांनी वापरली. नवयुग हे साप्ताहिक अत्र्यांनी आपल्या मराठा दैनिकाच्या रविवार आवृत्तीत विलीन केले. अत्रे-फडके वादात ना. सी. फडके यांनाही साप्ताहिकाची गरज भासल्याने त्यांनी 'झंकार' हे साप्ताहिक १९४० साली सुरू केले. त्या वेळी फडके कादंबरीकार व वक्ते म्हणून प्रसिद्ध असल्याने हे साप्ताहिकही अल्पावधीत लोकप्रिय झाले; पण झंकार व नवयुग या दोन्ही साप्ताहिकांनी पत्रकारितेची अतिशय खालची पातळी गाठली.

पुण्या-मुंबईखेरीज अन्य भागांतही विविध विषयांवरील साप्ताहिके निघत राहिली. यांत प्रामुख्याने कलादर्श, म. ग. धोत्र्यांचे ताटकर, भालजी पेंढारकरांचे सिनेमा समाचार, राजा पंडित यांचे चष्मा, बद्री काचवाला यांचे वेणी, फिल्मकेसरी व चित्रांगण, वि. ग. खांडेकरांचे श्रृंगार, न. रा. जोशींचे करमणूक अशा काही साप्ताहिकांचा उल्लेख करावा लागेल.

यानंतरचा कालावधी हा स्वातंत्र्यप्राप्तीचा कालावधी होता. दुसरे महायुद्ध संपत आल्यावर भारताला स्वातंत्र्य मिळणार हे नक्की झाले. इंग्रजीचा प्रसार मर्यादित आला. द्विभाषिक वृत्तपत्रांची गरज वाढली होती. वाढता खप, त्यासाठी वाढते भांडवल याची गरज वृत्तपत्रसृष्टीस जाणवू लागली. फक्त संपादकीय लिहिणे एवढेच वृत्तपत्राचे काम न राहता अनेक व्यावसायिक गरजा वृत्तपत्रांपुढे निर्माण झाल्या. ज्यात मुद्रणतंत्र, वितरण व्यवस्थापन, जाहिरातींचे अर्थकारण, वार्ताहर व वृत्तसंस्थांची जुळवाजुळव, कागदाची व्यवस्था यासारख्यांची गरज निर्माण झाली.

स्वातंत्र्यानंतर वृत्तपत्रांचे स्वातंत्र्य अमर्यादित झाल्याने वृत्तपत्रांना लोकांचे प्रश्न, अडचणी आणि होणारे अन्याय प्रसिद्ध करणे सहज शक्य झाले. त्याचा परिणाम वृत्तपत्रांच्या लोकप्रियतेवरही झाला. पण नुसत्या वाचकसंख्येवर वृत्तपत्र चालणे शक्य नसल्याने आणि सैन्य जसे पोटावर चालते तसे वृत्तपत्रकागदावर चालते आणि या कागदासाठी पैसा गरजेचा असल्याने भांडवलाची गरज वृत्तपत्र व्यवसायात निर्माण झाली आणि वृत्तपत्रांचे स्वातंत्र्यपूर्व काळातील ध्येयवादी स्वरूप थोडे कमी होऊन त्याला व्यावसायिक स्वरूप येऊ लागले आणि ते मागणी आणि पुरवठा यांचा समतोल साधण्यासाठी गरजेचेही होते.

यामुळे वृत्तपत्रांकडे १९५० नंतर भांडवलदारांचे लक्ष वेधले. भांडवलशाहीला विरोध करणारे एक पत्र मुंबईत रॉयिस्ट विचारांच्या कार्यकर्त्यांनी सुरू केले होते. त्याचे नाव होते 'संग्राम.' हे दुसऱ्या महायुद्धाच्या कालखंडात कम्युनिस्टांच्या साम्राज्यवादविरोधी तत्त्वांच्या पाठराखणीसाठी सुरू झाले. १३ ऑगस्ट १९४२ ला हे पत्र सुरू झाले.

द्वा. भ. कर्णिक हे त्याचे प्रथम संपादक होते. पण हे फार काळ तग धरू शकले नाही आणि स्वातंत्र्य मिळाल्याबरोबर वर्षातच पहिल्या वृत्तपत्रसमूहामार्फत चालवल्या जाणाऱ्या मराठी वृत्तपत्रांची सुरुवात झाली. ज्याचे नाव आहे 'लोकसत्ता'. इंडियन एक्स्प्रेस गटामार्फत याआधी 'इंडियन एक्स्प्रेस' या वृत्तपत्राच्या अनेक ठिकाणांहून आवृत्त्या निघत होत्या. त्यात १९४८ साली 'लोकसत्ता' या मराठी वृत्तपत्राची भर पडली. याखेरीज अन्य भागांतूनही एक्स्प्रेस गटाने वृत्तपत्रे सुरू केली. हा भांडवलदारसमूहाचा मराठी वृत्तपत्रातील पदार्पणाचा प्रारंभ होता.

याच वेळी मुंबईत फ्री प्रेस गृहाचे 'नवशक्ती' हे पत्र सुरू होते. लोकमान्य या पत्रामागे व्यापारी शक्ती उभ्या होत्या. याखेरीज १९४८ साली मुंबईत 'नवा काळ' आणि 'प्रभात' ही मराठी दैनिके सुरू होती. लोकसत्ताचे पहिले संपादक त्र्यंबक विष्णू पर्वते हे होते. यांच्यानंतर ह. रा. महाजनी हे लोकसत्ताचे संपादक झाले. लोकसत्ता लोकप्रिय करण्याचे काम महाजनींनी केले.

त्यानंतर रॉयिस्ट विचाराचे र. ना. लाटे हे लोकसत्ताचे संपादक झाले. याच र. ना. लाटे यांनी लोकमान्य, लोकमित्र, झुंजार या सायंदैनिकांतही काम केले होते. र. ना. लाटे निवृत्त झाल्यावर लोकसत्ताचे संपादक विद्याधर गोखले झाले. विद्याधर गोखले संस्कृत आणि उर्दू तज्ज्ञ होते. विद्याधर गोखले यांची जागा नंतर माधव गडकरी यांनी घेतली. सध्या लोकसत्ताचे संपादक कुमार केतकर आहेत.

लोकसत्तापाठोपाठ मुंबईतून 'नवभारत' नावाचे दैनिक सुरू झाले. या पत्राला वल्लभभाई पटेल, स. का. पाटील आणि राजकीय कार्यकर्त्यांचा पाठिंबा होता. पण हे पत्र फार काळ चालले नाही. याच सुमारास 'चित्रा' आणि 'सायंचित्र' ही दैनिकेही मुंबईतून सुरू झाली. संयुक्त महाराष्ट्राच्या निर्मितीबरोबरच ही गुजराती मालकी असलेली दैनिके बंद पडली.

संयुक्त महाराष्ट्राचे अपत्य म्हणून आचार्य प्र. के. अत्रे यांनी 'मराठा' हे दैनिक सुरू केले. अत्यंत अडचणीच्या परिस्थितीत मराठा हे वृत्तपत्र सुरू झाले असले तरी त्याला संयुक्त महाराष्ट्रवादी मराठी जनतेचा पाठिंबा मिळाला. तसेच मराठाने मराठी वृत्तपत्रसृष्टीत एक इतिहास निर्माण केला. यामागे संयुक्त महाराष्ट्र चळवळीबरोबर आचार्य अत्रेंची लेखणी व व्यक्तिमत्त्व कारणीभूत होते. 'मुंबई महाराष्ट्राची' हा लढा अन्य बहुभाषिक वृत्तपत्रांच्या विरोधात मराठाने कसोशीने लढविला. संयुक्त महाराष्ट्राच्या चळवळीला अन्य भाषिक वृत्तपत्रांनी जोरदार विरोध केलेला पण मराठी वृत्तपत्रांनी अपवाद वगळता नमती भूमिका घेतल्याने मराठाचे महत्त्व वाढले. १९५६ च्या नोव्हेंबरमध्ये मराठा सुरू झाला व अत्रेंच्या मृत्यूनंतर काही काळाने तो बंद पडला.

आचार्य अत्रे यांनी मराठा जसा नावारूपास आणला तसाच अनेकदा आपल्या पातळी सोडून केलेल्या लिखाणामुळे आणि शिवराळ आणि वृत्तपत्रीय सभ्यतेत न बसणाऱ्या भाषेचा वापर केल्याने वृत्तपत्र किती शिवराळ नसावे याचा आदर्शही अत्रे यांनी निर्माण केला.

स्वातंत्र्य मिळून १५ वर्षे उलटून गेल्यावर सत्ताप्राप्ती हेच राज्यकर्त्यांचे ध्येय बनले. ध्येयवाद गळून पडत सत्ता हेच साध्य झाले. त्यामुळे आपले राजकीय विचार आणि आपल्या कामाची प्रसिद्धी करण्यासाठी जशी राजकीय आश्रित पत्रकार पोसण्यास राजकीय पक्षांनी सुरुवात केली. त्याच धर्तीवर आपल्या विचारांची आणि आपल्या राजकारणाचा पाठपुरावा करणारी साप्ताहिके/दैनिके यांनाही या काळात सुरुवात झाली.

आचार्य प्र. के. अत्रे

मराठी माणसाच्या मालकीची म्हणता येतील अशी बऱ्यापैकी खप असलेली अतिशय अल्प वृत्तपत्रे त्या वेळी महाराष्ट्रातून निघत होती. सकाळ, प्रभात, पुढारी, तरुण भारत, सत्यवादी, देशदूत, गावकरी, देशोन्नती ही त्यांतली काही नावे; पण ही वगळता मोठा खप असलेली मराठी वृत्तपत्रे ही भांडवलदारांच्या आणि अमराठी भाषिकांच्या हातातच होती.

ही अडचण दूर करण्यासाठी सत्ताधारी काँग्रेसने त्या वेळी पहिला प्रयोग केला तो पुण्याहून निघणाऱ्या 'विशाल सह्याद्री'चा. हे काँग्रेसचे अधिकृत मुखपत्र नसले तरी काँग्रेस प्रचार हेच याचे धोरण होते. याचे संपादक म्हणून अनंतराव पाटील यांचे नाव पुढे आले; पण त्याला पाठबळ यशवंतराव चव्हाण यांचेच होते. या दैनिकासाठी एका ट्रस्टची स्थापना करण्यात आली. राजकीय पक्षाचे आर्थिक पाठबळ असले तरी असे पत्र वाचनीय पत्र बनतेच असे नाही. याचा अनुभव विशाल सह्याद्रीच्या रूपाने निर्माण झाला. १९८१ मध्ये हे दैनिक बंद पडले.

पुण्या-मुंबईबरोबरच बाहेरगावीही काही उल्लेखनीय दैनिके या काळात निघतच होती. सोलापुरातील 'संचार' हे त्यांतले एक उल्लेखनीय नाव. यापूर्वी सोलापुरातून १९३० पासून 'सोलापूर समाचार' या नावाचे दैनिक निघत होते; पण त्याला फारशी वाचकप्रियता नव्हती. सोलापूरची औद्योगिक वाढही मोठ्या प्रमाणावर झाली होती. सोलापूर समाचारमध्ये सहसंपादक असलेल्या रंगा वैद्य यांनी सोलापुरात नवे दैनिक सुरू करण्याचे धाडस केले आणि संचार या दैनिकाचा प्रारंभ झाला. यासाठी संगम पेपर्स ही स्वतंत्र संस्था स्थापन झाली.

१९ डिसेंबर १९६१ ला गोवा भारतात आला आणि तेथील मराठीची गळचेपी थांबून मराठीभाषेला बरे दिवस आले. यात पहिले मराठी दैनिक गोव्यात निघाले ते 'तरुण गोवा' यापाठोपाठ 'गोमंतक' हे मोठी भांडवली रचना असलेले वृत्तपत्र पणजीत सुरू झाले. जे पुढे नावारूपाला आले. याचे संपादक बराच काळ माधव गडकरी होते. आता दै. गोमंतक हे दैनिक सकाळवृत्तसमूहाकडे आलेले आहे. सुभाष नाईक हे त्याचे संपादक आहेत.

याच सुमारास मुंबईतून टाइम्स गटही मराठी वृत्तपत्रक्षेत्रात उतरला आणि त्यांनी 'महाराष्ट्र टाइम्स' हे वृत्तपत्र मुंबईतून सुरू केले. हे पत्र टाइम्स परिवारातर्फे असले तरी त्यावर कळत नकळत यशवंतराव चव्हाणांचा प्रभाव होता. त्यामुळे याची सूत्रे प्रथमपासून चव्हाण पठडीतील संपादकांकडेच होती. महाराष्ट्र टाइम्स जून १९६२ मध्ये सुरू झाला. त्याचे प्रथम संपादक द्वा. भ. कर्णिक होते.

महाराष्ट्र टाइम्सला व्यावसायिक आणि आर्थिक कोणतीच अडचण नसल्याने त्याने प्रथमपासून खपात आघाडी घेतली. याचे संपादकत्व पुढे अनेक वर्षे १९६७ सालानंतर गोविंद तळवलकर यांनी भूषविले.

महाराष्ट्र टाइम्सने अनेक स्वतंत्र विषयांना स्थान देऊन मराठी वृत्तपत्रांची तत्कालीन घडी बदलण्यात मोलाची कामगिरी केली.

१९७९ च्या सुमारास श्रमिकांचे विचार मांडणारे 'श्रमिक विचार' हे दैनिकही पुण्याहून सुरू झाले.

साप्ताहिके : राजकीय आणि ललित

याच कालखंडात राजकीय आणि सामाजिक विचारमंथनाला स्वातंत्र्योत्तर काळात खरा जोर चढला. जे विषय दैनिकांतून नीटपणे अगर पुरेसे हाताळता येत नाहीत अगर अनेकदा जे दैनिकाच्या सर्वच वाचकांच्या पचनी पडणारे नसतात अशा विषयांना पुढे आणण्यासाठी मराठीत साप्ताहिकांचे युगही सुरू झाले.

सानेगुरुजी

१५ ऑगस्ट १९४८ पासून सानेगुरुजींच्या संपादकत्वाखाली 'साधना' या साप्ताहिकाची सुरुवात झाली. जे आजअखेर सुरू आहे. समाजवादी विचारांना वाहिलेले असे हे साप्ताहिक आहे.

याचे संपादकत्व अनेक मान्यवर समाजवादी विचारवंतांनी भूषविले. प्रारंभी सानेगुरूजी, त्यानंतर रावसाहेब पटवर्धन, आचार्य जावडेकर, यदुनाथ थत्ते, वसंत बापट, नरेंद्र दाभोळकर आदींनी या साप्ताहिकाची जबाबदारी वेळोवेळी पार पाडली. मराठीतल्या साप्ताहिकात साधनाचे नाव अवश्य घेतले जाते.

समाजवादी विचारांचे 'जनवाणी' या नावाने एक साप्ताहिकही साधनाच्या बरोबरीने सुरू झाले पण ते फारसे यशस्वी ठरले नाही. साम्यवादी चळवळीचे 'युगांतर' हे साप्ताहिक याच काळात सुरू झाले.

समाजवादी विचारांना वाहिलेल्या साप्ताहिकांच्या बरोबर हिंदुत्ववादी विचारांना वाहिलेले 'विवेक' हे साप्ताहिकही १९४७ साली सुरू झाले. ते अपवाद वगळता आजअखेर सतत सुरू आहे. विवेकचे संपादकपद रमेश पतंगे, दिलीप करंबळेकर, चित्तरंजन पंडित, ब. ना. जोग, वि. वा. नेने, अरविंद कुलकर्णी आदी हिंदुत्ववादी पत्रकारांनी सांभाळले. राजकीय पातळीवर विवेकने जनसंघ आणि भाजपची पाठराखण केली. सध्या हिंदुत्ववादी विचारांची अनेक साप्ताहिके त्या त्या जिल्ह्यात निघत असतात. सांस्कृतिक वार्तापत्र हे पाक्षिक महाराष्ट्राच्या बहुसंख्य खेड्यांपर्यंत पोहोचलेले आहे.

याच काळात फक्त चित्रपटविषयांना वाहिलेले 'रसरंग' हे साप्ताहिकही लोकप्रिय झाले. हे साप्ताहिक कला आणि क्रीडा या दोनच विषयांना वाहिलेले होते.

याच काळात एक अगदी वेगळे साप्ताहिक पुढे आले. ते होते बाबासाहेब आंबेडकरांचे 'प्रबुद्ध भारत' हे साप्ताहिक १९५७ साली सुरू झाले. दलित चळवळीची पाठराखण करण्याचे काम या साप्ताहिकाने कसोशीने केले.

यापाठोपाठ महाराष्ट्राच्या राजकीय जीवनात खळबळ उडवणाऱ्या बाळासाहेब ठाकरे यांनी १९६० मध्ये 'मार्मिक' हे व्यंगात्मक साप्ताहिक सुरू केले. या साप्ताहिकात व्यंगचित्राबरोबरच उपहासात्मक लिखाण, राजकीय टवाळी यांनाही स्थान असते. जून १९६१ साली मासिक स्वरूपात सुरू झालेले 'माणूस' पुढे साप्ताहिक झाले. श्री. ग. माजगांवकर या कार्यकर्त्या संपादकाने हे मासिक सुरू केले. पुढे हे १९६४ मध्ये साप्ताहिक केले. या साप्ताहिकाने मराठी विचारविश्वात मोलाची भर घातली.

१९६० नंतर सावरकरवादी पत्रकार, लेखक, कादंबरीकार ग. वा. बेहरे यांनी सुरू केलेले 'सोबत' हे साप्ताहिकही लोकप्रिय ठरले. 'सोबत' हे आपले मतपत्र असल्याचे बेहरे यांचे स्पष्ट मत असल्याने ते आपल्या पश्चात चालणार नाही आणि तशी गरजही नाही असे त्यांनी स्वतःच म्हटले होते. त्याप्रमाणे बेहरे यांच्या निधनानंतर सावरकरप्रणीत हिंदुत्ववादाचा निधडा प्रसार करणारे साप्ताहिक बंद झाले.

'श्री' व 'लोकप्रभा' या साप्ताहिकांनी अफाट वाचकप्रियता मिळवली. 'मनोहर' हे किर्लोस्कर प्रकाशनाचे साप्ताहिक १९७३ पासून नव्या रूपात सुरू झाले. त्यापूर्वी ते मासिक स्वरूपात प्रकाशित होत होते. 'रविवारची जत्रा' हे साप्ताहिकही मराठी वाचकांत लोकप्रिय ठरले. याच सुमारास नाशिक येथूनही 'स्वदेश' आणि 'आपण' या नावाची दोन साप्ताहिके चालू झाली. त्यातील 'आपण' हे साप्ताहिक लोकप्रिय ठरले. कोल्हापूरहून १९४३ च्या आसपास निघालेले 'गर्जना' साप्ताहिक नावारूपास आले.

हा सर्वसाधारण १९८० सालापर्यंतचा मराठी वृत्तपत्रसृष्टीचा धावता आढावा आहे. यात अनेक प्रकाशने उत्साहापोटी सुरू होऊन अल्पावधीत बंदही पडली.

काहींनी अल्पकाळातही आपल्या लेखणीचा आणि कामगिरीचा ठसा उमटवला. साप्ताहिक आणि पाक्षिके, मासिके यांनी वैचारिक कला, क्रीडाविषयक लिखाण करून वाचकांच्या ज्ञानात मोलाची भर घातली.

१९८० पर्यंत वृत्तपत्रांच्या स्वरूपात कालमानाने फरक पडत असला तरी तांत्रिक सुधारणांची गती धिमी होती. शिळा प्रेसवर सुरू झालेले मुद्रण लेटर प्रेस (अक्षर मुद्रण), प्रतिरूप मुद्रण या दिशेने मर्यादित गतीने प्रवास करत होते.

१९७५ च्या आणीबाणीनंतर देशातील सर्वच स्तरांवर समाजजीवनात मोठा फरक पडला, ज्यापासून वृत्तपत्रे स्वतःला दूर ठेवू शकली नाहीत. तोपर्यंत राजकारणात असलेले नैतिकतेचे भान दुय्यम होऊन कोणत्याही प्रकारे सत्ताप्राप्ती हे ध्येय ठरले आणि त्यासाठी वृत्तपत्रांचा वापर राजकीय पक्षांकडून होऊ लागला.

बऱ्याच ठिकाणी पत्रकारितेला 'वॉच डॉग' ऐवजी 'बार्किंग डॉग'चे स्वरूप प्राप्त झाले. जिल्हा पातळीवरच नव्हे तर गावपातळीवरही पत्रकारांच्या फौजा हातात टाक दौती घेऊन हिंडू लागल्या आणि याचा परिणाम वृत्तपत्रांच्या विश्वासार्हतेवरही झाला.

सायंदैनिकांची गरजही या काळात औद्योगिक शहरांतून भासू लागली. यात उल्लेखनीय म्हणून पुण्याचे 'संध्या' आणि 'दुपार' या पत्रांचा उल्लेख करावा लागेल. १९७८ साली पुण्यातूनच 'राष्ट्रतेज' या नावाचे दैनिक सुरू झाले.

रायगड जिल्ह्यात 'कुलाबा समाचार' हे साप्ताहिक अनेक वर्षे चालू आहे. 'कृषिवल' हेही साप्ताहिक १९७७ पासून दैनिक स्वरूपात निघू लागले. हे रायगड जिल्ह्याचे मुखपत्रच होते. १९५९ साली रत्नागिरी, चिपळूण येथून 'सागर' हे दैनिक निशिकांत जोशी यांनी सुरू केले. रत्नागिरीहून 'रत्नभूमी' हे दैनिकही निघत असे.

नाशिकमधून 'गावकरी' खेरीज 'देशदूत' हे दैनिक १९७१ पासून सुरू झाले. अहमदनगर जिल्ह्यातून 'समाचार' हे दैनिक १९५२ मध्ये सुरू झाले. 'नगर टाइम्स' १९५६ मध्ये सुरू झाले. 'नवा मराठा' हे दैनिकही नगरमधून सुरू झाले. श्रीरामपूरहून 'सार्वमत' हेही दैनिक स्वरूपात निघते.

जळगावातून १९६९ मध्ये ‘बातमीदार’ या नावाने दैनिक सुरू झाले. ‘लोकमत’ ची आवृत्तीही जळगावातून निघते. शासकीय जाहिराती, राजकीय पक्षांची पूर्वापार परंपरा अशा अनेक हेतूंनी महाराष्ट्रातून जवळपास ११ हजारांहून अधिक वृत्तपत्रे ही रजिस्ट्रार ऑफ न्यूजपेपर यांच्याकडे नोंदणीकृत आहेत. यात दैनिक, अर्ध साप्ताहिके, साप्ताहिक, पाक्षिक, मासिके आहेत.

मराठी पत्रसृष्टीच्या आजच्या स्थितीला ज्याप्रमाणे जवळ पास १७० वर्षांच्या कालावधीत विविध नामवंतांचे आपल्या तन-मन आणि धनाचे योगदान जसे कारणीभूत आहे त्याचप्रमाणे मुद्रण आणि तंत्रज्ञानाच्या क्षेत्रात झालेले आमूलाग्र परिवर्तनही कारणीभूत आहे हे विसरून चालणार नाही.

जर्मनीत अक्षर मुद्रण आणि खिळ्यांचा (टाइपाचा) शोध जरी १६ व्या शतकातच लागला असला तरी ते तंत्रज्ञान भारतात येऊन विकसित होण्यास १९ व्या शतकाचा प्रारंभ उजाडावा लागला.

प्रारंभिक काळातील मराठी वृत्तपत्रे ही शिळा या तंत्राने निघत होती. ही सर्वच प्रक्रिया पूर्णपणे मानवी कौशल्यावर आधारलेली असल्याने ती अतिशय वेळकाढू आणि कष्टदायक होती.मराठीत प्रारंभिक कालात जवळपास १८७० सालापर्यंत निघालेली वृत्तपत्रे अपवाद वगळता शीळा प्रेसवरच छापली जात होती.

१९८० नंतर देशातील एकूण वृत्तपत्रांच्या स्वरूपात आमूलाग्र परिवर्तन घडून आले. लोकशाही राजवटीला आता ३० वर्षे उलटून गेली होती. रेडिओची जागा दूरदर्शन घेण्याच्या तयारीत होता. याचबरोबर मुद्रणक्षेत्रातही मोठ्या प्रमाणावर संशोधन होऊन वेगवान, बहुरंगी मुद्रणासाठी आवश्यक माणसं, तांत्रिक सुधारणा घडून येत होत्या.

आणीबाणीचा कालखंड नुकताच उलटून गेला असल्याने देशभरातील काँग्रेस पक्षाचा एकत्छत्री अंमल संपुष्टात आला होता. जनता पक्ष, भारतीय जनता पक्ष या राष्ट्रीय पक्षांशिवाय भाषिक, जातीय आणि प्रांतीय अभिनिवेश बाळगणारे प्रादेशिक पक्ष देशभरात सत्तारूढ होत होते. आजवर दबलेल्या समाजालाही सत्तेची ओढ निर्माण झाल्याने संपूर्ण सामाजिक जीवनच ढवळून निघत होते आणि आपल्या मताच्या पुष्ट्यर्थ आपल्या विचारांचे वृत्तपत्र आणि माध्यम आपल्या हाती असले पाहिजे याची जाणीव सत्तेची सूत्रे सांभाळणाऱ्यांना अगर ती आपल्याला प्राप्त व्हावीत अशी ईर्षा धरणाऱ्यांना जाणवू लागली होती.

साक्षरतेचे प्रमाण समाधानकारक वाढू लागले होते. विकासकामे, पाणीयोजना, धरणे, भूमिसंपादन यासारखी अनेक कामे सरकारी स्तरावर सुरू झाली होती. सामान्य जनतेच्या मनात असलेला अपेक्षांचा परीघ हा राष्ट्रीय स्तरावर येऊन पोचला होता.

ग्राहकांचे अर्थशास्त्र अवतरू लागल्याने आणि सक्षम ग्राहकांची संख्या शिक्षण आणि नोकऱ्या यामुळे वाढू लागल्याने बाजाराचे अर्थशास्त्र हातपाय पसरू लागले होते. नवनवीन उत्पादने कंपन्या बाजारात घेऊन येत होत्या. राखेऐवजी भांडी घासायची पावडर, राखुंडीऐवजी टूथपेस्ट अशी अनेक उत्पादने नव्याने बाजारात प्रवेश करत होती. आणि या साऱ्यांचा प्रसार व प्रचारासाठी प्रसिद्धीमाध्यमाची गरज वाढू लागलेली.

या साऱ्या परिस्थितीचा परिपाक म्हणून १९८० नंतर जिल्हा पत्रे व प्रादेशिक वृत्तपत्रांच्या जिल्हा आवृत्त्यांचे पेव फुटलेले होते. राजकीय पक्षांच्या स्थानिक नेतृत्वाखाली जिल्हा पातळीवर आपली बाजू घेणारे भाषिक वृत्तपत्र गरजेचे वाटू लागले होते. गतिमान मुद्रणाच्या सोयी उपलब्ध झाल्याने व सुधारणांचे वारे तालुका स्तरापर्यंत पोहोचल्याने तालुक्याच्या ठिकाणी दर्जेदार वृत्तपत्र काढणे ही फारशी अवघड बाब राहिली नव्हती. शासकीय विकासकामांच्या जाहिराती व खाजगी उत्पादनांच्या जाहिराती हे अर्थप्राप्तीचे मोठे साधन वृत्तपत्रांना जिल्हा पातळीपर्यंत उपलब्ध झालेले. याचा परिणाम वृत्तपत्रांच्या नवनिर्मितीत व विकेंद्रीकरणात झाला होता.

प्रबोधनापेक्षा सनसनाटी वृत्ते आणि राजकीय मतमतांतरापेक्षा आपल्या आश्रयदात्याची भलावण हे नवे सूत्र वृत्तपत्रसृष्टीत येऊ घातलेले. देशभरात रंगीत दूरदर्शन अवतरल्याने वृत्त व करमणूक पुरविणारे दैनंदिन साधन सामान्य जनतेच्या घरात येऊन पोचलेले. त्यामुळे केवळ ताज्या बातम्या हे वृत्तपत्रांचे शक्तिस्थान उरले नव्हते. त्यामुळे विकेंद्रित शोधपत्रकारितेची, विकासपत्रकारितेची व काही प्रमाणात स्तुतिपाठकाची गरजही वृत्तपत्रांना भासू लागलेली.

ही गरज भागविण्यासाठी ग्रामीण भागापर्यंत उपलब्ध झालेली वाहतुकीची साधने, नव्याने उदयास आलेला मोठ्या प्रमाणातील साक्षर वर्ग यांचा वृत्तपत्रांना उपयोग होऊ लागलेला. नव्या तंत्रज्ञानाने बहुरंगी आणि आकर्षक स्वरूपात वृत्त आणि लेख देऊन वाचकांना आपल्याकडे आकृष्ट करण्याची स्पर्धा वृत्तपत्रांतून सुरू झालेली.

जिल्हा पातळीपर्यंत वाढत चाललेल्या वाचकवर्गाची नवी बाजारपेठ लक्षात आल्यावर आजवर प्रादेशिक स्तरावरील वृत्तपत्रे ८० सालानंतर विभागीय स्तरावर व नंतर जिल्हा स्तरावर येऊन पोचली आहेत.

लोकसत्ता आणि महाराष्ट्र टाइम्स यांसारख्या राज्यपातळीवरील वृत्तपत्रांनी आपल्या प्रादेशिक आवृत्त्या सुरू केल्या आहेत. शिवसेनेसारख्या राजकीय चळवळीने निव्वळ आपल्या राजकारणाच्या प्रचारार्थ आधी मुंबईहून 'सामना' हे दैनिक सुरू करून त्याच्या पुणे, औरंगाबाद व नागपूर या आवृत्त्या सुरू केल्या आहेत. आजवर पुण्याचे मुखपत्र म्हणून ओळखल्या जाणाऱ्या 'सकाळ'ने आपला विस्तार महाराष्ट्रातील सर्व

विभागांतून स्वतंत्र आवृत्त्यांद्वारे केला आहे. याच वाटेवरून पुढारीची आणि बेळगांवमधून प्रकाशित होणाऱ्या तरुण भारताची वाटचाल सुरू आहे. केसरीच्या सांगली व सोलापूर या आवृत्त्या सुरू आहेत. तरुण भारत ची पुणे आवृत्ती बंद असली तरी संपूर्ण विदर्भ, मराठवाडा, सोलापूर व जळगाव या भागातून 'तरुण भारत' आपले स्थान टिकवून आहे. गावकरीच्या उत्तर महाराष्ट्र व मुंबई भागातून आवृत्त्या निघत आहेत. १९८० पर्यंत नागपूर व विदर्भापुरत्या मर्यादित असणाऱ्या लोकमतने संपूर्ण महाराष्ट्र आपले कार्यक्षेत्र मानले आहे. वऱ्हाडातून प्रकाशित होणाऱ्या देशोन्नतीचा पसाराही वाढत आहे.

कोकणातून नव्याने सुरू झालेले 'रत्नागिरी टाइम्स' हे वृत्तपत्रही कोकणापासून मुंबईपर्यंत वाचकप्रिय होत आहे. पुण्याचे 'संध्यानंद' हे सायंदैनिकही एका वेगळ्या पत्रकारितेद्वारे आपले स्थान टिकवून आहे. कमीत कमी किमतीत आकर्षक मजकूर देण्याची जबाबदारी 'पुण्यनगरी' महाराष्ट्रात अनेक ठिकाणांहून निघणाऱ्या आवृत्त्यांतून पार पाडत आहे. याखेरीज जिल्ह्यांतून निघणारी जिल्हा पत्रे प्रादेशिक स्तरावर विकसित होण्याची स्वप्ने बाळगून आहेत. हा वृत्तपत्रांचा गेल्या ३० वर्षांत झालेल्या एकूण विकासाचा आढावा आहे.

❏

आजची अवस्था

रजिस्ट्रार ऑफ न्यूजपेपर यांच्याकडे नोंदणी झालेल्या महाराष्ट्रातील वृत्तपत्रांची संख्या ११ हजारांच्या आसपास आहे. त्यांतील दैनिकांनी १००० चा आकडा ओलांडला असला तरी यांतील किती वृत्तपत्रे खरोखरच प्रकाशित होतात हा संशोधनाचा विषय ठरेल.

वृत्तपत्रांतून चित्रपट, राजकारण, साहित्य, क्रीडा आदी समाजाच्या सर्व अंगांना स्पर्श करणाऱ्या मजकुराला अतिशय आकर्षक स्वरूपात सादर केले जात असल्याने १९८० सालापर्यंत लोकप्रिय असलेला साप्ताहिक हा प्रकार वाचकांतील आपले स्थान बळकट केले आहे. जिल्हापातळीवर काही साप्ताहिके प्रकाशित होत असली तरी त्याचा उद्देश बऱ्याच अंशी कोणाची तरी भलावण करून आपले अर्थकारण साधणे एवढाच आहे. त्यामुळे साप्ताहिकांना वाचकवर्गात फारसे स्थान नाही. हीच अवस्था कमी अधिक प्रमाणात मोजके अपवाद वगळता मासिके व दिवाळी अंकांसारख्या नियतकालिकांच्या बाबतीतही खरी आहे.

महाराष्ट्रात आजघडीला नियमितपणे निघणाऱ्या दैनिक व साप्ताहिकांची जिल्हावार माहिती पुढीलप्रमाणे : –

दैनिके

दैनिकाचे नाव	संपादक	गाव	जिल्हा
अमृत कलश	अजित म्हात्रे	अंबरनाथ	ठाणे
आजची वार्ता	जयंत खोले	माणिकबाग	पुणे
आपला महाराष्ट्र	हेमंत मदाने	धुळे	धुळे
आपला वार्ताहर	मुरलीधर शिंगोटे	मुंबई	मुंबई
आपलं महानगर	मीना कर्णिक	मुंबई	मुंबई
उद्याचा मराठवाडा	राम शेवडीकर	नांदेड	नांदेड
उस्मानाबाद टाइम्स	सुधीर के. पाटील	उस्मानाबाद	उस्मानाबाद
एकमत	शरद कारखानीस	लातूर	लातूर
ऐक्य	वासुदेव कुलकर्णी	सातारा	सातारा
अॅग्रोवन	निशिकांत भालेराव	पुणे	पुणे
आंदोलन	भास्कर दानवे	जालना	जालना
कर्मयोगी	सौ. मंगल लोखंडे	बनवडी, कराड	सातारा
केसरी (पुणे)	डॉ. दीपक टिळक	पुणे	पुणे
कोकणसाद	गजानन नाईक	सावंतवाडी	सिंधुदुर्ग
कृषिवल	एस. एम. देशमुख	अलिबाग	रायगड
गोमन्तक	संजय ढवळीकर	पणजी	गोवा
गोदातीर समाचार	डॉ. रवींद्र रसाळ	नांदेड	नांदेड
गोवा टाइम्स	उल्हास घोसाळकर	पणजी	गोवा
गोवा दूत	लक्ष्मण त्र्यं. जोशी	पणजी	गोवा
ग्रामोद्धार	धनंजय जाधव	सातारा	सातारा
गंधवार्ता	शाम आबा अहिवळे	फलटण	सातारा
गावकरी (नाशिक)	वंदन पोतनीस	नाशिक	नाशिक
गावकरी (जळगाव)	अरविंद पोतनीस	जळगाव	जळगाव
चंद्रपूर समाचार	रामदास रायपुरे	चंद्रपूर	चंद्रपूर
चंद्रपूर सन्नाटा	चंपतराव लडके	चंद्रपूर	चंद्रपूर
जनतेचे जनमत	तुषार राजे	कल्याण (प.)	ठाणे
जनप्रवास	संजय भोकरे	मिरज	सांगली

चपराक	घनश्याम पाटील	पुणे	पुणे
जनमत सर्वसामान्यांचे	महादेव नरोटे	उस्मानाबाद	उस्मानाबाद
जनमाध्यम		अमरावती	अमरावती
जनशक्ती	अप्पासाहेब एन. बी. पाटील	जळगाव	जळगाव
जागृत जनप्रवास	संजय भोकरे	सोलापूर	सोलापूर
झुंजार नेता	मोतीराम वरपे	बीड	बीड
डहाणू टाइम्स	नाथालाल ओझा	डहाणू रोड	ठाणे
तरुण भारत (बेळगाव)	किरण ठाकूर	बेळगाव	बेळगाव
तरुण भारत (सोलापूर)	अरुण करमरकर	सोलापूर	सोलापूर
तरुण भारत (जळगाव)	राजेंद्र नन्नवरे	जळगाव	जळगाव
तरुण भारत (नागपूर)	सुधीर पाठक	नागपूर	नागपूर
दलित वाणी	बालाजी पालीमकर	वसमतनगर	परभणी
देवगिरी तरुण भारत	डॉ. मनोहर देशपांडे	औरंगाबाद	औरंगाबाद
देशदूत (नाशिक)	विक्रम सारडा	नाशिक	नाशिक
देशदूत (जळगाव)	विक्रम सारडा	जळगाव	जळगाव
देशप्रतिष्ठा	रामाश्रय तिवारी	चंद्रपूर	चंद्रपूर
देशोन्नती	प्रकाश पोहरे	अकोला	अकोला
धावते नवनगर	मदन बडगुजर	वाशी	नवी मुंबई
नगर टाइम्स	मीना वसंतलाल मुनोत	अहमदनगर	अहमदनगर
नरवीर चिमाजी	जयसेन पाटील	पाटीलवाडी,	वसईठाणे
नवप्रभा	सुरेश वाळवे	पणजी	गोवा
नवशक्ती	जी. एल. लखोटिया	नरिमन पॉईंट	मुंबई
नवा काळ	सौ. जयश्री खाडिलकर-पांडे	गिरगाव	मुंबई
नवा मराठा	सुभाष गुंदेचा	अहमदनगर	अहमदनगर
पुढारी	प्रतापसिंह ग. जाधव	कोल्हापूर	कोल्हापूर
पुण्यनगरी (जळगाव)	मुरलीधर शिंगोटे	जळगाव	जळगाव
पुण्यनगरी (पुणे)	मुरलीधर शिंगोटे	शिवाजीनगर	पुणे
पिंपरी-चिंचवड समाचार	विजय अंबाडे	शिवाजीनगर	पुणे
प्रजावाणी	सुधाकर डोईफोडे	नांदेड	नांदेड
प्रतिध्वनी	नेमगोंडा भाऊ पाराज	मिरज	सांगली

प्रत्यक्ष	दीपक मांजरेकर	दादर	मुंबई
प्रभात	अरुण खोरे	पुणे	पुणे
बल्लारपूर टाइम्स	कल्पना पलिकुंडवार	चंद्रपूर	चंद्रपूर
बहुजनरत्न लोकनायक	कुंदग गोटे	ठाणे	ठाणे
बीड संकेत	नरेंद्र कांकरिया	बीड	बीड
भूमिपुत्र	नारायणदास बजाज	नांदेड	नांदेड
मताधिकार		देवपूर	धुळे
मराठवाडा साथी	मोहनलाल बियाणी	परळी वैजनाथ	बीड
महानगरी वार्ताहर	शहाँजहाँ शेख	वडाळा	मुंबई
महाजनशक्ती	भाऊ तोरसेकर	गिरगाव	मुंबई
महाराष्ट्र टाइम्स	भरतकुमार राऊत	मुंबई	मुंबई
महाराष्ट्र बुलंद टाइम्स	अशोक सोनी	वसई रोड (प.)	ठाणे
महासत्ता	वसंतराव दत्तवाडे	इचलकरंजी	कोल्हापूर
मातृभूमी		अकोला	अकोला
मुक्तागिरी	अनिल देसाई	सातारा	सातारा
मेघदूत संदेश	समीर मेघे	वर्धा	वर्धा
मुंबई चौफेर	मुरलीधर शिंगोटे	घोडपदेव	मुंबई
मुंबई लक्षद्वीप	डी. एन. शिंदे	कांदिवली	मुंबई
मुंबई संध्या	उदय आचार्य	विलेपार्ले (पू.)	मुंबई
युवासमूह	ओमप्रकाश अग्रवाल	वर्धा	वर्धा
रत्नभूमी	धनंजय पालांडे – देशमुख	कुवारबाव	रत्नागिरी
रत्नागिरी टाइम्स	उल्हास घोसाळकर	रत्नागिरी	रत्नागिरी
राष्ट्रशक्ती	सुरेश भोसले	सांगली	सांगली
ललकार	बा.द. खराडे	सांगली	सांगली
लोक आवाज	त्र्यंबक पाटील	अहमदनगर	अहमदनगर
लोकपत्र	कमलकिशोर कदम	नांदेड	नांदेड
लोकमत (नागपूर)	सुरेश द्वादशीवार	नागपूर	नागपूर
लोकमत (अकोला)	बाळ कुलकर्णी	अकोला	अकोला
लोकमत (औरंगाबाद)	सुरेशचंद्र वाघोलीकर	औरंगाबाद	औरंगाबाद
लोकमत (अहमदनगर)	दिनकर रायकर	अहमदनगर	अहमदनगर

लोकमत (सोलापूर)	दिनकर रायकर	सोलापूर	सोलापूर
लोकमत (नाशिक)	हेमंत कुलकर्णी	नाशिक	नाशिक
लोकमत (जळगाव)	विजय बाविस्कर	जळगाव	जळगाव
लोकमत (पुणे)	विजय दर्डा	पुणे	पुणे
लोकमत (कोल्हापूर)	राजा माने	कोल्हापूर	कोल्हापूर
लोकमत (सांगली)	राजा माने	सांगली	सांगली
लोकमत (मुंबई)	दिनकर रायकर	नवी मुंबई	नवी मुंबई
लोकमान्य सांजवार्ता	विनोद कुलकर्णी	पुणे	पुणे
लोकयुग	पोपट लोढा	अहमदनगर	अहमदनगर
लोकसत्ता (मुंबई)	कुमार केतकर	मुंबई	मुंबई
लोकसत्ता (पुणे)	कुमार केतकर	पुणे	पुणे
लोकाशा	विजयराज बंब	बीड	बीड
वार्ता	सौ. क्रांती हुद्दार	बेळगाव	बेळगाव
विदर्भ दर्पण	अनिल पळसकर	चिखली	बुलढाणा
वृत्तरत्न सम्राट	बबन कांबळे	भायखळा (पू)	मुंबई
सकाळ (पुणे)	सुरेशचंद्र पाध्ये	पुणे	पुणे
सकाळ (मुंबई)	विनायक पात्रुडकर	बेलापूर	नवी मुंबई
सकाळ (कोल्हापूर)	वसंत भोसले	कोल्हापूर	कोल्हापूर
सकाळ (उ. महाराष्ट्र)	विश्वास देवकर	नाशिक	नाशिक
सकाळ (खानदेश)	श्रीमंत माने	जळगाव	जळगाव
सकाळ (औरंगाबाद)	जयंत महाजन	औरंगाबाद	औरंगाबाद
सकाळ (सोलापूर)	दयानंद माने	सोलापूर	सोलापूर
सकाळ (नागपूर)	श्रीपाद अपराजित	नागपूर	नागपूर
सत्यप्रभा	ओमप्रकाश चालिकवार	नांदेड	नांदेड
सन्मित्र		ठाणे	ठाणे
समाचार	सतीश काणे	अहमदनगर	अहमदनगर
सागर	निशिकांत जोशी	चिपळूण	रत्नागिरी
सामना (मुंबई)	बाळासाहेब ठाकरे	मुंबई	मुंबई
सामना (पुणे)	बाळासाहेब ठाकरे	पुणे	पुणे
सामना (औरंगाबाद)	बाळासाहेब ठाकरे	औरंगाबाद	औरंगाबाद
सार्वमत	विक्रम सारडा	श्रीरामपूर	अहमदनगर
सिटी टाइम्स	राजेश सटाणकर	अहमदनगर	अहमदनगर

स्वतंत्र प्रगती	जनार्दन पोवार	बेळगाव	बेळगाव
संचार	धर्मराज काडादी	सोलापूर	सोलापूर
संध्याकाळ	सौ.जयश्री खाडिलकर-पांडे	कांदिवली	मुंबई
संध्यानंद	श्याम अग्रवाल	शिवाजी नगर,	पुणे
संध्यापुष्प	विजय सकलेचा	जालना	जालना
सांज महानगरी	अरुण लोणकर	पुणे	पुणे
सांज सोलापूर बातमीदार	नंदकुमार सी. कुलकर्णी	सोलापूर	सोलापूर
सांजवात	घनश्याम छाबडा	सातारा	सातारा
सांजवार्ता	दिलीप चितलांगे	जालना	जालना
श्रमिक एकजूट	कृष्णा शेवडीकर	नांदेड	नांदेड

साप्ताहिके

साप्ताहिकाचे नाव	संपादक	गाव	जिल्हा
अणुरेणू	रणजित हेर्लेकर	जामसंडे	सिंधुदुर्ग
अमृतवार्ता	डॉ. सुधीर तांबे	संगमनेर	अहमदनगर
आक्रोश	ज्ञानेश्वर जराड	फलटण	सातारा
आठवड्यातील निविदा	कमलकांत वडेलकर	पुणे	पुणे
आदर्श डॉटकॉम	विजय लोहार	पेठनाका, वाळवा	सांगली
आपले जग	वसंतराव आपटे	किर्लोस्करवाडी	सांगली
आरसा	चंद्रशेखर भिसे	रत्नागिरी	रत्नागिरी
आरोग्य वेध	डॉ. संजय लोंढे	परभणी	परभणी
आष्टी कारंजा टाइम्स	लक्ष्मीकांत अग्रवाल	आर्वी	वर्धा
आहुती	गिरीश त्रिवेदी	अंबरनाथ (पू.)	ठाणे
अंबर	सुरेश कृ. साखवळकर	तळेगाव स्टेशन	पुणे
कडेलोट	उत्तम वाडकर	सावंतवाडी	सिंधुदुर्ग
कर्तव्यदक्ष योद्धा	दत्तात्रेय उदुगडे	निगडी	पुणे
करवीर काशी	सुनीलकुमार सरनाईक	कोल्हापूर	कोल्हापूर
कल्याण नागरिक	आत्माराम जोशी	कल्याण (प.)	ठाणे
कल्याण मराठा	नरसिंह देशमुख	कल्याण (प.)	ठाणे

कायापालट एक्सप्रेस	अंबादास पाटील पवार	लासूर स्टेशन	औरंगाबाद
काळ, काम आणि वेग	अशोक खेकाळे	चिखली	बुलढाणा
काहूर	शंकर इंगळे	गंगाखेड	परभणी
किनारा	बाबा खांडे	सरकारनगर	चंद्रपूर
कोकण वैभव	सुधाकर सामंत	दादर	मुंबई
क्रीडा समाचार	अनिल पळसकर	चिखली	बुलढाणा
गारवेल	लक्ष्मण मनोहर आफळे	सातारा	सातारा
गोफण	वि. पां. उत्पात	पंढरपूर	सोलापूर
गोरज संदेश	प्रा. प्रशांत पवार	शिवरामनगर	परभणी
चिखलीचा आवाज	संजयकुमार खेडेकर	चिखली	बुलढाणा
चित्रलेखा	ज्ञानेश महाराव	अंधेरी (प)	मुंबई
चिरंतन सत्य	मिलिंद सुखदेवे	नागपूर	नागपूर
चंद्रपूर पत्रिका	सुरेश धोपटे	चंद्रपूर	चंद्रपूर
चांगभलं	किशोर मरकड	अहमदनगर	अहमदनगर
जनसत्याग्रही	सौ. स्मिता उदय वाघ	जळगाव	जळगाव
झुंज	अनिल वडघुले	थेरगाव	पुणे
ठाणे व्यापारी मित्र	चंद्रकांत भोइटे	शिवाजीनगर	ठाणे
धरणी	सुरेश पाटील	यावल	जळगाव
नगर संकेत	प्रा. जवाहर मुथा	अहमदनगर	अहमदनगर
नगारा	प्रा. विनोद गोरवाडकर	मालेगाव कँप	नाशिक
नागसेन	मधुकर शेंडे	रामनगर	चंद्रपूर
नंदिग्राम लोकक्रांती	डी. पी. विष्णुपुरीकर	बडपुरा	नांदेड
पुरोगामी लोकमित्र	बा. ह. कल्याणकर	औरंगाबाद	औरंगाबाद
पोलिस टाइम्स	अनंत सरनाईक	कोल्हापूर	कोल्हापूर
पांचाल सारथी	माणिक पुनकर	मलकापूर	अकोला
पिंपरी चिंचवड			
पवनेचा प्रवाह	शिवाजीराव शिर्के	फुगेवाडी	पुणे
प्रतोद	सुधीरचंद्र ग. आंबेकर	नांदेड	नांदेड
प्राजक्त	प्रफुल्ल डबीर	कोल्हापूर	कोल्हापूर
बिझिनेस एक्सप्रेस	अब्दुलरज्जाक मुजावर	सांगली	सांगली
बेळगाव समाचार	मधुकर सामंत	बेळगाव	बेळगाव

भद्रशील समाचार	मनोहर प्रांजळे	भद्रावती	चंद्रपूर
भास्कर भूषण	सौ. मनीषा राजीव लोहार	वाळवा	सांगली
भंडारा टाइम्स	शरद हर्डीकर	भंडारा	भंडारा
मराठा जागृती		मुंबई	मुंबई
मराठी स्वराज्य	आनंद कल्याणकर	नांदेड	नांदेड
मशाल	फय्याजभाई इनामदार	सांगोला	सोलापूर
महाराष्ट्र संचार	विठ्ठलराव जाधव	नांदेड	नांदेड
माझी जनता	प्रदीप आगलावे	नागपूर	नागपूर
मार्मिक	बाळासाहेब ठाकरे	प्रभादेवी	मुंबई
यशोधारा	मोरेश्वर खाडिलकर	मिरज	सांगली
युगारंभ	मधू रावकर	गिरगाव	मुंबई
युगांतर		प्रभादेवी	मुंबई
रम्य प्रभात	अनिलकुमार होळकर	बीड	बीड
रविवारची धमाल जत्रा	अशोक टिकेकर	शिवाजीनगर	पुणे
राजसत्य	गोरख तावरे	कराड	सातारा
राष्ट्रपर्व	अशोक रेळेकर	बेळगाव	बेळगाव
लोकजागर	रवींद्र बेडकिहाळ	फलटण	सातारा
लोकप्रभा	प्रवीण टोकेकर	नरिमन पॉइंट	मुंबई
लोकप्रवास	दि. बा. खराडे	सांगली	सांगली
लोकवंदन	बबनराव कोळी	चिंचबंदर	मुंबई
लोकोन्नती	नंदकुमार केशटवार	नांदेड	नांदेड
व्रजभूषण समाचार	रावसाहेब ना. देशमुख	अमरावती	अमरावती
वरूड भूषण	मारोतराव घारड	मांगरूळी (पेठ)	अमरावती
वऱ्हाड विकास	प्रा. प्रवीण बनसोड	अमरावती	अमरावती
वारणेचा वाघ	प्रवीण पांडुरंग पाटील	कोडोली	कोल्हापूर
वार्तासूत्र	अरुण देशपांडे	कल्याण (प.)	ठाणे
विकासकर्मी	कमलकांत वडेलकर	पुणे	पुणे
अभियंता मित्र	–	सांगली	सांगली
विचारकण	सौ. वैशाली गाडेकर	पंचवटी	नाशिक
विचारगुंफण	बसवेश्वर चेणगे	मसूर	सातारा
विदर्भ जनजागर	बबन सराडकर	अमरावती	अमरावती

विधान परिवार	अजित म्हात्रे	अंबरनाथ	ठाणे
वीरवाणी	श्यामराव देशपांडे	बेळगाव	बेळगाव
विवेक	दिलीप करंबळेकर	प्रभादेवी	मुंबई
विशाल विटा	राजेंद्र निकम	विटा	सांगली
वृत्तसंकेत	हरिश्चंद्र क्षीरसागर	दौंड	पुणे
शब्द-शोध	सौ. यशोधरा पु. रोहणकार	हाथरूण	अकोला
शिवनगरी	मनोहर रामचंद्र ऊर्फ तानाजी महाजन	निळपण	कोल्हापूर
शिवमत	देविदास पाटील	रांजणगाव	औरंगाबाद
शेवगाव टाइम्स		लाड जळगाव	अहमदनगर
सत्ताचक्र	कृष्णाजी चं. जगदाळे	चेंबूर	मुंबई
सहकार दर्शन	अरुण कानूरकर	बेळगाव	बेळगाव
सनातन प्रभात	पृथ्वीराज हजारे	बांदोडा	गोवा
समर्थ	भाग्यश्री नरहरी कुलकर्णी	सातारा	सातारा
साधना	नरेंद्र दाभोळकर	पुणे	पुणे
साप्ताहिक सकाळ	सदा डुंबरे	पुणे	पुणे
सुवर्ण विश्वकर्मा	श्यामकुमार प्र. दुसाने	नाशिकरोड	नाशिक
संगम संस्कृती	किसन भाऊ हासे	संगमनेर	अहमदनगर
संगमेश्वर	प्रदीप जगताप	सासवड	पुणे
संदेश सागर	किरण शेलार	पाचोरा	जळगाव
सांगली कृष्णाकाठ	आप्पासाहेब काटकर	सांगली	सांगली
सांगोला टाइम्स	मा. सा. माळी	सांगोला	सोलापूर
श्रीमत् दर्शन	सुरेश मा. कुलकर्णी	उदयनगर	नांदेड
हिंदू तन-मन	प. य. वैद्य-खडीवाले	पुणे	पुणे
ज्ञानशलाका	सुरेश केशव मांगले	मुलुंड (प.)	मुंबई

अविस्मरणीय व्यक्तिमत्त्वे

मराठी वृत्तपत्रसृष्टीच्या विकासात अनेक महनीय व्यक्तींनी मोलाची भर घातली आहे. आजच्या जमान्यात लाभणारी प्रसिद्धी आणि त्या अनुषंगाने येणारे भौतिक सुखांचे वलय ज्या वेळी अनुभवायला मिळत नव्हते किंवा आपले विचार मांडणे हे ज्या वेळी नुसती अप्रियताच नव्हे तर कारावास आणि विजनवासाचा अनुभवही देत होते, त्या काळात ज्यांनी वृत्तपत्र ही वॉचडॉग आहेत आणि सत्ताधीश मग ते कोणत्याही क्षेत्रातले असोत, त्यांच्यावर अंकुश ठेवणे ही आपली निसर्गदत्त जबाबदारी आहे, असे मानून हे असिधाराव्रत हसत हसत अंगीकारत होते त्यांचे हे स्मरण !

बाळशास्त्री जांभेकर

इंग्रजी सत्तेची चाहूल लागल्यावर इंग्रजी शिक्षणाद्वारे आधुनिक ज्ञान आणि विचार यांबरोबर जुनाट कल्पना आणि रूढी यांना धक्का देऊन अधिक प्रागतिक विचार करणाऱ्या आणि ते लोकांसमोर मांडण्याच्या कार्याचा श्रीगणेशा बाळशास्त्रींनी केला आणि म्हणूनच मराठी वृत्तपत्रसृष्टीचे जनकत्व आपोआपच बाळशास्त्रींकडे गेले. संपर्काच्या आणि मुद्रणाच्या फारशा सोयी उपलब्ध नसताना बाळशास्त्रींनी हा उद्योग आरंभला आणि तो उणीपुरी २० वर्षे कसोशीने पार पाडला.

अर्थात, 'दर्पण'च्या पूर्वी १८२८ साली 'मुंबापुरी वर्तमान' हे मराठी पत्र प्रकाशित होत असावे. पण उपलब्ध ऐतिहासिक दस्तऐवजामुळे तो मान 'दर्पण' या वृत्तपत्राकडे आणि वृत्तपत्रसृष्टीच्या जनकत्वाचा मान बाळशास्त्रींकडेच जातो हे निर्विवाद!

कोकणातल्या देवगड जवळील पोंभुर्ले या गावी बाळशास्त्रींचा जन्म झाला असला तरी वयाच्या १२ व्या वर्षापासून म्हणजे १८२५ सालापासून १८४६ साली

त्यांचा मृत्यू होईपर्यंत त्यांचे आयुष्य मुंबईतच गेले. आयुष्याच्या उण्यापुऱ्या ३४ वर्षांच्या कालावधीत बाळशास्त्रींनी दाखविलेले बौद्धिक व वैचारिक कर्तृत्व अजोड स्वरूपाचे आहे आणि हे कर्तृत्व त्यांनी ज्ञानप्राप्तीची कोणतीही साधने उपलब्ध नसताना दाखवले हे प्रकर्षाने ध्यानी घ्यावे लागेल. वयाच्या २० व्या वर्षी त्यांनी मराठी वृत्तपत्राची सुरुवात केली आणि समाजाचे प्रबोधन करण्यात आपले आयुष्य खर्ची घातले. भारतीय स्वातंत्र्याचे पितामह म्हणून ज्यांचे स्मरण करतात त्या दादाभाई नौरोजींसारख्या महापुरुषाला ज्ञानदान करण्याचे महत्कार्य त्यांनी आपल्या अल्पायुष्यात पार पाडले.

'दर्पण' हे आजच्या भाषेत फार स्फोटक अगर सडेतोड वृत्तपत्र नसले तरी समाजाचे प्रबोधन करून वाचकांना नवे ज्ञान आणि शास्त्रे यांचा परिचय करून देण्याचे लोकोत्तर कार्य दर्पणने पार पाडले, हे नि:संशय. समाजाची मानसिकता लक्षात घेत आणि प्रबोधन घडवण्याची वृत्तपत्रीय परंपरा दर्पणने सुरू केली. ज्या पायवाटेवरून मराठी वृत्तपत्रसृष्टीची वाटचाल आजच्या महामार्गावर येऊन पोचली आहे आणि म्हणूनच मराठी वृत्तपत्रसृष्टीचा विचार करताना पहिले नमन मराठी वृत्तपत्रसृष्टीचे उद्गाते दर्पणकार बाळशास्त्री जांभेकर यांनाच करावे लागेल.

प्रभाकरकार – गोविंद विठ्ठल तथा भाऊ महाजन

१८४० मध्ये आजतरी इतिहासाला अनाकलनीय असलेल्या कारणाने दर्पण बंद पडले आणि १८४१ साली गोविंद विठ्ठल तथा भाऊ महाजन यांनी 'प्रभाकर' हे पत्र सुरू केले.

'दर्पण' बंद पडल्यानंतर प्रभाकर चालू होण्यात काही परस्पर संबंध आहे काय, हे सांगणे अवघड असले तरी प्रभाकरचे कर्ते भाऊ महाजन आणि दर्पणकार बाळशास्त्री जांभेकर हे मुंबईत सहाध्यायी म्हणून एकत्र रेहात होते.

मराठीतील निर्भीड पत्रकारितेचा प्रारंभ करण्याचा मान प्रभाकरच्या कर्त्यांकडे जातो, हे मात्र निश्चित!

बाळशास्त्री जांभेकर हे दर्पणचे संपादक असले तरी इंग्रजांचे नोकरही होते. त्यामुळे त्यांच्या लेखणीवर काही स्वाभाविक मर्यादा होत्या. मनात असूनही राजकीय, सामजिक आणि धार्मिक विषयांवर मनमोकळे लिखाण करताना काही स्वाभाविक बंधने दर्पणकारांवर होती.

पण मराठी भाषेतले पहिले पूर्णवेळ पत्रकार म्हणून संबोधण्याचा मान प्रभाकरचे निर्माते भाऊ महाजन यांच्याकडे जात असल्याने त्यांनी आपल्या लिखाणावर कोणतीही बंधने येऊ दिली नाहीत. याचा अर्थ त्यांनी बेछूट लिखाण केले असाही नाही; पण

वृत्तपत्रांची सामाजिक जबाबदारी ओळखून जेथे आवश्यक तेथे सुस्पष्टपणे मग ती स्वकीयांविरुद्ध अगर वर्षानुवर्षे चालत आलेल्या रूढींविरुद्ध का असेनात, मांडायला महाजन कचरले नाहीत. अर्थात याला १८३५ चा वृत्तपत्रस्वातंत्र्याचा कायदाही कारणीभूत होताच.

शक्य असूनही सरकारी नोकरी महाजनांनी स्वीकारली नाही, कारण ती त्यांच्या स्वतंत्र मानसिकतेच्या विरोधी होती.

याबरोबर महाजनांनी 'धूमकेतू' आणि 'ज्ञानदर्शन' या नावाची दोन स्वतंत्र नियतकालिके सुरू केली. यांचा उद्देश पाश्चात्त्य ज्ञानाचा परिचय मराठी भाषिकांना करून देऊन सामाजिक प्रबोधन करणे हा होता.

महाजन यांच्या प्रभाकरचे स्वरूप सर्वसमावेशक होते. त्यात त्या काळातील संस्थानिक आणि प्रतिष्ठित यांच्यावर बोचरी टीकाही केली जात असे. सामाजिक परिवर्तनाचे वारे या काळातच वाहू लागले असल्याने या संदर्भात प्रभाकरच्या कर्त्यांनी अतिशय विवेकी भूमिका घेतली होती.

सनातनी आणि अंधश्रद्धा यावर झोड उठवताना त्यांनी आपला धर्माभिमान किंचितही कमी केला नाही हे त्यांचे वैशिष्ट्य मानावे लागेल. मिशनऱ्यांचा धर्मप्रसार आणि पाश्चात्यांचे ढोंग उघड करण्यात महाजन कधी कचरले नाहीत.

मराठीत पूर्णवेळ पत्रकारही आद्य पुरुष म्हणून भाऊ महाजन यांच्यापुढेच आदराने नतमस्तक व्हावे लागेल. पत्रकारितेच्या व्यवसायातून निवृत्त झाल्यावर परत त्याकडे मागे वळूनही न पाहण्याची सन्यस्त वृत्ती जी आजही अभावानेच आढळते. तिचा परिचय भाऊ महाजन यांनीच आपल्या जीवनातून दिला.

कृष्णशास्त्री चिपळूणकर

मुद्रणतंत्राचे जसे काही फायदे होते तसे त्यातून उद्भवणारे धोकेही नव्या ज्ञानाने मंडित झालेल्या देशी विद्वानांना जाणवू लागले होते.

ज्ञानप्रसाराच्या मिषाखाली धर्मप्रसाराचा कावा करणाऱ्या सत्तेच्या मदतीने ख्रिस्ती धर्मप्रसारकांनी सुरू केला होता. याची जाणीव अगदी १८४० सालापासून जाणवू लागली असली आणि त्यावर विरोधी विचार व्यक्त करणारी लहानमोठी पत्रे या काळात निघत असली तरी या प्रचाराला प्रत्युत्तर देण्यासाठी योजनाबद्ध प्रयत्न केला तो कृष्णशास्त्री चिपळूणकर यांनी आपल्या 'विचारलहरी' या पत्रातून.

कृष्णशास्त्रींचे हे सांस्कृतिक कडवेपण इतके तीव्र होते की १८५२ साली सुरू झालेल्या या पत्रावर इंग्रजी शक अगर तारखेचा उल्लेखही नव्हता. तिथी आणि शके

एवढीच कालगणना त्यावर दिली जात होती. हिंदू धर्म अप्रिय करण्यासाठी ख्रिस्ती मिशनरी प्रयत्न करत असून त्याला उत्तर देण्यासाठी आणि स्वदेश आणि स्वधर्म यांचा अभिमान जागवण्यासाठी विचारलहरीची निर्मिती असल्याचे कृष्णशास्त्रींनी म्हटले होते.

विशिष्ट उद्देशाने काढलेले पत्र म्हणवून घेण्याचा पहिला मान कृष्णशास्त्रींच्या विचारलहरींनाच द्यावा लागतो.

विचारलहरीतून धर्मप्रचारकांवर होणाऱ्या प्रभावी हल्ल्याने मिशनरी थोडे बचावात्मक अवस्थेत गेले. हे विचारलहरी आणि कृष्णशास्त्रींचेच कर्तृत्व होते. काव्याचे आणि वक्रोक्ती, व्याजोक्ती या अलंकारांचा अतिशय प्रभावी वापर केला.

मराठी पत्रकारितेला व्यंगोक्ती आणि व्याजोक्ती या अलंकाराची देणगी देणारे पत्रकार म्हणून कृष्णशास्त्री हे कायम स्मरणात राहतील.

कृष्णराव भालेकर

मराठी वृत्तपत्रांची सुरुवात 'दर्पण'मुळे १९ व्या शतकाच्या पूर्वार्धात झाली असली तरी यामध्ये प्रामुख्याने वाच आणि लेखकवर्ग हा प्रामुख्याने एका वर्गातलाच म्हणजे ब्राह्मण होता.

पाश्चात्य विद्येमुळे एकूण जातीपाती, समाज आणि धर्म यासंदर्भात पाहण्याची नवी दृष्टी प्राप्त झाली असली तरी प्रामुख्याने वृत्तपत्रातून मांडले जाणारे विषय हे ब्राह्मण्याशी निगडित मर्यादित होते.

यात अन्य समाजाची सुखदुःखे आणि अडचणी यांना अभावानेच स्थान होते. ही परंपरा मोडण्याचे काम पुण्यात कृष्णराव भालेकर या सत्यशोधक समाजाच्या कार्यकर्त्याने १८७७ मध्ये दीनबंधूच्या रूपाने केले.

त्यामुळे बाळशास्त्री जांभेकरांचे वर्णन मराठी वृत्तपत्रसृष्टीचे जनक असे करत असतानाही बहुजन समाजासाठीच्या पत्रकारितेचा प्रारंभ कृष्णराव भालेकर यांनी केला असल्याने त्यांचे स्थानही मराठी पत्रकारितेत आदरणीयच मानावे लागेल

यासाठी पुरेशी आर्थिक कुवत नसताना अतिशय परिश्रमाने त्यांनी स्वतःचे मुद्रणालय उभे करून दीनबंधूला सुरुवात केली. त्यात प्राधान्याने ब्राह्मणांचे अन्याय आणि ब्राह्मणेतरांच्या अडचणी मांडल्या जाऊ लागल्या.

ब्राह्मणी वृत्तपत्रांकडून जहाल आणि अतिशय हीन दर्जाची टीका होत असतानाही बहुजनांचे प्रश्न मांडण्याचे व्रत या वृत्तपत्राने कोणतीही आर्थिक ताकद पाठीशी उभी नसताना कसोशीने पार पाडले हे दीनबंधूकारांचे वैशिष्ट्य मानावे लागेल.

पण बाकी सगळी सोंगे आणता येत असली तरी पैशाचे सोंग आणता येत नाही हे सत्य दीनबंधूबाबात भालेकरांनाही जावणले आणि शेवटी कर्जबाजारी अवस्थेत हे पत्र त्यांनी मुंबईच्या कामगार चळवळीचे प्रवर्तक नारायण मेघाजी लोखंडे यांन विकल्याने दीपबंधू मुंबईत स्थलांतरीत झाले.

तरीही बहुजन समाजातले आणि बहुजनांच्या प्रश्नांना वाचा फोडणारे पत्रकार म्हणून कृष्णराव भालेकरांचे स्मरण मराठी पत्रकारितेस करावेच लागेल.

लोकमान्य बाळ गंगाधर टिळक

मराठी पत्रकारितेतच नव्हे तर जागतिक पातळीवर ज्यांच्या बुद्धिमत्तेचा सर्वांगीण पातळीवर गौरव झाला असे हे मराठी भाषिक व्यक्तिमत्व.

स्वातंत्र्याच्या चळवळीला सहाय्यभूत व्हावे आणि या देशातील सुशिक्षितांतच नव्हे तर सर्वसामान्यांतही स्वातंत्र्य आणि स्वदेशीची भावना जागरूक व्हावी म्हणून भविष्यात महात्मा गांधींनी जी चळवळ उभारली त्याची पायाभरणी लोकमान्यांनी केली होती असे म्हटले तर वावगे ठरणार नाही.

पत्रकारितेच्या क्षेत्रात लोकमान्यांनी केलेल्या कामगिरीचे वर्णन करण्यात पुनरुक्तीचे भय असले तरी लोकमान्यांनी आपल्या पत्रकार म्हणून बाळगलेल्या व्यावसायिक निष्ठा या कालातीत आहेत.

ज्या अग्रलेखासाठी टिळकांना शिक्षा भोगावी लागली तो अग्रलेख प्रत्यक्षात कृष्णाजी प्रभाकर खाडिलकर यांनी लिहिला होता आणि तशी कबुली न्यायालयासमोर द्यायलाही खाडिलकर तयार होते. पण संपादक म्हणून वृत्तपत्रातील सर्व मजकुराची जबाबदारी संपादकाची असते या नैतिकतेपोटी टिळकांनी भीषण कारावास भोगला, पण व्यावसायिक नीतिचा भंग केला नाही. यासाठी टिळकांचे नाव पत्रकारितेच्या इतिहासातही अजरामर राहील.

आजच्या पी. आर. बी. कायद्यानुसार लिखाणाची जबाबदारी अमूकतमूकवर अशी नोंद करण्याच्या जमान्यात तर या नीतिमत्तेची आठवण अधिक मोलाची.

गोपाळ गणेश आगरकर

केसरीचे आणि लोकमान्यांचे नाते हे अजरामर असले तरी केसरीचे पहिले संपादक म्हणून आगरकरांच्याच नावाची नोंद इतिहासाला घ्यावी लागेल.

अतिशय दारिद्र्यात शिक्षण पूर्ण केलेल्या आगरकरांनी समाधानी आणि समृद्ध आयुष्य जगण्याच्या सर्व संधी समोर असतानाही त्या नाकारून देशकार्याचे असिधाराव्रत स्वीकारले.

केसरीचे संपादक म्हणून काम करताना संपादकपद आणि वृत्तपत्र ही सामूहिक जबाबदारी आहे याचे भान आगरकरांनी सोडले नाही. त्यामुळे ज्या विषयासाठी आपले लिखाण संपादकीय म्हणून आपल्या सहकाऱ्यांना मान्य होण्याजोगे नसेल असे लिखाण स्वत:च्या नावे लिहिण्याचा प्रघात आगरकरांनी पाडला आणि आपले समाजसुधारणाविषयक लिखाण नेटाने चालू ठेवले.

डेक्कन कॉलेजात शिकत असल्यापासून टिळक आणि आगरकरांच्यात आधी सुधारणा की आधी स्वातंत्र्य या विषयावर मतभेद असले तरी केसरी चालवताना ते विकोपाला गेले आणि आपली स्वतंत्र चूल आगरकरांनी सुधारकच्या रूपाने मांडली.

'केसरी' आणि 'सुधारक' यामधील वादाची पातळी अनेकदा अतिशय खालच्या थराला गेली जी मराठी पत्रकारितेच्या इतिहासाची एक काळी बाजू मानावी लागेल आणि त्याचे कर्ते टिळक-आगरकरांसारखे महापुरुष होते हे यातील अधिक विदारक सत्य आहे; पण तरीही समाजसुधारणाविषयक मराठी पत्रकारितेचा अतिशय उल्लेखनीय असा मैलाचा दगड म्हणून आगरकर आणि सुधारकचे नाव मराठी वृत्तपत्रसृष्टीला आठवावेच लागेल.

हरि नारायण आपटे

१८९० च्या आसपास आणि पुढील कालखंडातील बहुतांश वृत्तपत्रे ही स्वातंत्र्य आणि राजकारण या विषयांशीच निगडित होती.

मराठी वृत्तपत्रसृष्टीला साहित्यिक आणि राजकारणबाह्य करमणूकप्रधान चेहरा देण्याचे काम हरि नारायण आपटे यांनी आपल्या करमणूक या पत्राद्वारे केले; म्हणून आपटे यांचे नाव मराठीत पुढे जी समृद्ध ललित विषयांना वाहिलेल्या मासिकांची परंपरा विकसित झाली त्याचे उद्गाते म्हणून घ्यावी लागेल.

करमणूक हे वृत्तपत्र सुरू करण्यापूर्वी आपटे यांनी काही काळ सुधारकमध्ये काम केले असले तरी आपटे यांच्या 'करमणूक' या वृत्तपत्रात कोणत्याही वादग्रस्त विषयांना आपटे यांनी स्थान न देता प्राधान्याने साहित्य आणि करमणूक या विषयांनाच महत्त्व दिले.

करमणूक या पत्रात आपटे यांनी दीर्घकथा, लघुकथा, आधुनिक चरित्रे, प्रवासवर्णने, खेळांची माहिती, कविता आणि पाकक्रिया आदी मराठी वृत्तपत्रसृष्टीला अपरिचित असणाऱ्या क्षेत्रांशी मराठी वृत्तपत्रे आणि वाचकांना परिचय करून दिला, हे हरिभाऊ आपटे यांचे ऋण मराठी वृत्तपत्रसृष्टीला मानावेच लागेल.

काळकर्ते शिवराम परांजपे

टिळक आणि आगरकरांच्या केसरीने प्रभावित होऊन पत्रकारितेच्या व्रताकडे जे तरुण २० व्या शतकाच्या प्रारंभी आकर्षिले गेले त्यात काळकर्ते शिवराम महादेव परांजपे यांचा उल्लेख प्राधान्याने करावा लागेल.

१८९८ साली सुरू झालेला काळ हा तशा अर्थाने अतिशय प्रतिकूल परिस्थितीत सुरू केलेला पत्रप्रपंच होता. वृत्तपत्रातील लिखाणावर सरकारची करडी नजर होती. टिळक आगरकर यांना वृत्तपत्रीय लिखाणाबद्दल १८ महिन्यांचा कारावास झाला होता. अशा प्रतिकूल परिस्थितीतही देशभक्ती आणि स्वातंत्र्य यांची ऊर्मी परांजप्यांना स्वस्थ बसू देणे शक्य नव्हते. स्वातंत्र्याची प्रेरणा जशी त्यांच्या मनात होती तसेच सशस्त्र क्रांतीबद्दलही त्यांच्या मनात कमालीची ओढ होती आणि या ओढीतूनच परांजपे यांनी 'काळ'चा प्रारंभ १८९८ मध्ये केला.

परांजपे यांनी बाह्यत: विविध विषयांवर लेखन काळमधून केले असले तरी त्यामागची एकमेव प्रेरणा देशाचे स्वातंत्र्य ही होती. असे असले तरी या लेखाला एकसुरीपणाचा दोष नव्हता, तर ते सारे लेखन साहित्यगुणांनी मंडित होते.

आपल्या लिखाणाबद्दल धाडसाने तुरुंगवास सोसणारे आणि तरी आपल्या निर्भीड पत्रकारितेच्या व्रतापासून आणि स्वातंत्र्याच्या प्रेरणेपासून तसूभरही न ढळण्याचा निग्रह असणारे अशा वीरवृत्तीचे परांजपे होते.

त्यामुळे मराठी पत्रकारितेच्या इतिहासात पत्रकार म्हणूनच नव्हे तर मराठी साहित्यात दर्जेदार लिखाणाचा चिरंतन भर घालणारे पत्रकार, साहित्यिक म्हणून काळकर्ते शि. म. परांजपे यांचे नाव सातत्याने घ्यावे लागेल.

भालाकार भास्कर बळवंत भोपटकर

आपल्या वृत्तपत्राशी नाव जोडले गेल्याने महाराष्ट्राच्या साहित्यिक आणि वृत्तपत्र क्षेत्रातील जी नावे स्मरणीय ठरली त्यांत भालाकार भोपटकरांचे नाव घेतल्याखेरीज पुढेच जाता येणार नाही.

ज्या काळात केसरीसारखे वृत्तपत्र खप आणि लोकप्रियता या दोनही बाबतीत आघाडीवर होते. त्या काळात पुण्यात स्वतंत्र वृत्तपत्र काढणे ही गोष्टच धाडसाची होती; पण हे धाडस 'भाला' या पत्राच्या रूपाने भोपटकरांनी केले. एवढेच नव्हे तर ते वाचकप्रियही बनवले. आणि मराठी वृत्तपत्रसृष्टीच्या इतिहासात भालाकार भोपटकर या नावाची ओळख चिरंतन झाली.

भालाच्या निर्मितीत भास्कर, लक्ष्मण आणि दिनकर या तीन भावांचा समावेश होता. नंतर यांपैकी दोन जण या प्रकाशनापासून भिन्न कारणांनी दुरावले आणि या

पत्राची जबाबदारी भास्कर बळवंत तथा भाऊसाहेब भोपटकर यांनी एकहाती उचलली.

एकहाती या शब्दाचा अर्थ भालाच्याबाबत इतका तंतोतंत होता की अनेक अंक अक्षरश: भोपटकरांनी एकट्याने लिहिलेल्या मजकुराचे होते. त्यामुळे भोपटकर हे नाव भालाकार भोपटकर म्हणून प्रसिद्धी पावले.

भालाकार जहाल मतांचे पुरस्कर्ते आणि कडवे धर्माभिमानी होते. वृत्तपत्र हे मतपत्र असले पाहिजे असे भालाकारांचे मत असल्याने भालात बातम्यांना दुय्यम स्थान होते.

आपल्या सरकारविरोधी लिखाणाने सरकारी रोषाला बळी पडून भालाकारांना तुरुंगवासही भोगावा लागला.

टिळकभक्त असलेल्या भालाकारांचे गांधीतत्वाशी मात्र फारसे पटले नाही. त्यामुळे एकाच वेळी म. गांधी आणि सरकारविरोध अशा दोन आघाड्यांवर ते लढत राहिले.

अफाट भाषावैभव, सडेतोड लेखणी आणि मतपत्र म्हणूनच वृत्तपत्राचा वापर करायचे धोरण या तीन कारणांसाठी भालाकार मराठी वाचकांना सतत स्मरणात ठेवावे लागतील. शुद्ध मराठीचा आग्रह हेही भालाकारांचे वैशिष्ट्यच होते. जयंती आणि मयंती हे आज सर्रास वापरात असलेले शब्दही भालाकारांचीच मराठी भाषेला मिळालेली देणगी आहे

संदेशकार – अच्युत बळवंत कोल्हटकर

ज्यांच्या उल्लेखाशिवाय मराठी वृत्तपत्रसृष्टीचा इतिहास अपुरा राहील अशा व्यक्तिमत्त्वात संदेशकार अच्युत बळवंत कोल्हटकर यांचा समावेश प्राधान्याने करावा लागेल.

बाळशास्त्री जांभेकरांबरोबरच मराठी शिक्षितांच्या पहिल्या पिढीतील विद्वान महादेवशास्त्री कोल्हटकर यांच्यापासून चालत आलेली परंपरा वामनराव कोल्हटकर, श्रीपाद कृष्ण यांच्याबरोबरच अच्युत बळवंतांपर्यंत येऊन पोचली होती.

वृत्तपत्राला आज असलेले सर्वव्यापी रूप देण्याचा प्रारंभ अच्युत बळवंतांनी केला. नाट्यपरीक्षणापासून क्रिकेटच्या सामन्यांपर्यंत सर्वसामान्यांना आवडणारे विषय दैनिकात आणून वृत्तपत्र हे खऱ्या अर्थाने सामान्य माणसांपर्यंत नेण्याचे काम अच्युतरावांनी केले.

संदेशकार टिळकपंथाचे असले तरी वृत्तपत्र हे फक्त विद्वानांचे साधन न राहता त्यात सर्वसामान्यांना गोडी वाटावी म्हणून वृत्तपत्रातील विषयापासून ते वृत्तपत्राच्या भाषेपर्यंत साऱ्यातच बदल करून अच्युतरावांनी आधुनिक वृत्तपत्रांची पायाभरणी केली.

त्याचबरोबर वृत्तपत्रांना त्या काळात आलेला ब्राह्मणी चेहरा बदलण्याचे कामही अच्युतरावांनी कसोशीने केले. सत्यशोधक चळवळ आणि अस्पृश्यताविरोध या दोनही

विषयांना त्यांनी आपलेपणाने हाताळून समाजातील उपेक्षितांची बाजू उचलून धरली.

आपल्या आयुष्यात किमान १७ वृत्तपत्रांशी अच्युतरावांचा संबंध आला; पण 'संदेश'ने मिळालेल्या अफाट वाचकप्रियतेने ते संदेशकार कोल्हटकर म्हणूनच नामांकित झाले.

संदेशमधील वत्सलावहिनींची पत्रे, जिजा तू का रडतेस ? शेवटची वेल सुकली आणि संपादकीय आणि सदरे उत्कृष्ट साहित्याच्या यादीत जाऊन बसली.

पुढे बहरलेल्या दैनिकाच्या लोकप्रियतेची पायाभरणी अच्युतराव कोल्हटकरांनी संदेशच्या रूपाने केली असे म्हटले तर वावगे ठरू नये.

कृष्णाजी प्रभाकर खाडिलकर

आजही महाराष्ट्रात आपल्या वैशिष्ट्यपूर्ण लिखाणाने कायम लोकप्रिय असलेल्या दैनिकात नवाकाळचे नाव प्राधान्याने घ्यावे लागेल. याचे संस्थापक संपादक कृष्णाजी प्रभाकर खाडिलकर यांची पत्रकारितेतील कारकीर्द १८९६ साली केसरीतून सुरू झाली आणि १९२९ साली शिक्षा झाल्यावर आपल्या मुलाकडे संपादकीय कारकीर्द सोपवेपर्यंत ती सुरू राहिली.

मराठीतील एक नामवंत नाटककार असलेल्या कृ. प्र. खाडिलकर यांचे नाव पत्रकार म्हणूनही तितकेच अभिमानास्पद आहे.

केसरीत प्रवेश केल्यापासून अतिशय तरुणवयात खाडिलकरांवर संपादकीय लिखाण करण्याची जबाबदारी टिळकांनी सोपवली. केसरीसाठी पहिला अग्रलेख खाडिलकरांनी सप्टेंबर १८९६ साली वयाच्या अवघ्या २४ व्या वर्षी लिहिला होता. तो त्यांनी केसरीसाठी लिहिलेला पहिलाच लेख असतानाही लोकमान्यांना तो अग्रलेख म्हणून योग्य वाटावा हे खाडिलकरांच्या लेखनशैलीच्या आवाक्याचे निदर्शन होते.

ज्या लेखांसाठी लोकमान्यांना राजद्रोहाच्या आरोपाखाली शिक्षा झाली त्यातील बहुतांश लेख खाडिलकरांनीच लिहिले होते. आणि न्यायालयापुढे तसा कबुली जबाब देण्यासही खाडिलकर तयार होते; पण लोकमान्यांच्या ध्येयवादी संपादकीय वृत्तीमुळे तशी वेळ आली नाही.पण तरीही त्यातून खाडिलकरी लिखाणाची पत आणि दर्जा समजण्यास हरकत नाही.

१९०८ साली लोकमान्यांना काळ्यापाण्यावर पाठवल्यावर केसरीचे संपादकपद खाडिलकरांनी भूषविले; पण न. चिं केळकरांशी मतभेद झाल्याने ते केसरीपासून दूर झाले.

खाडिलकर हे ध्येयनिष्ठ आणि तत्त्वनिष्ठ पत्रकार होते. त्यामुळे आर्थिक अडचणी असूनही कधी त्यांनी पत्रकारितेच्या तत्त्वांशी तडजोड केली नाही. स्वातंत्र्य ही खाडिलकरांची मूलभूत प्रेरणा होती. त्यामुळा या चळवळीचे नेतृत्व करणाऱ्यांची पाठराखण त्यांनी मनोभावे केली. याच भावनेतून लोकमान्यांच्या निधनानंतर महात्माजींच्या चळवळीचा पाठपुरावा त्यांनी तितक्याच आत्मीयतेने केला.

आदर्श पत्रकार या बिरुदाबरोबर स्वतःच्या व्यक्तिगत गरजा भागविण्यासाठी त्यांनी स्वीकारलेला नाट्यलेखनाचा उद्योगही त्यांना मराठी नाटकांच्या इतिहासात अजरामर करून गेला. त्यांच्या मानापमान, स्वयंवर, कीचकवध, द्रौपदी आदि नाटकांनी त्यांना 'नाट्यचार्य' ही पदवी बहाल केली.

प्रबोधनकार ठाकरे

एखाद्या वृत्तपत्राच्या माध्यमातून अतिशय अल्पकाळ पण परिणामकारक लिखाण केल्यामुळे ज्यांची नावे त्या प्रकाशनाशी कायमची जोडली गेली अशा नावात प्रबोधनकार ठाकरे यांचे नाव अग्रभागी आहे.

प्रबोधन हे केशव सीताराम ठाकरे यांचे पत्र फार काळ चालले अशातला भाग नसला तरी वैशिष्ट्यपूर्ण सामाजिक आणि पत्रकारिताविषयक भूमिकेमुळे मराठी पत्रकारिता आणि सामाजिक चळवळीच्या क्षेत्रात प्रबोधनकार ठाकरे यांचे नाव अग्रभागी राहील.

राजकारणापेक्षा समाजकारणातच प्रबोधनकारांना अधिक रस असल्याने प्रबोधन हे पत्र सामाजिक विषयातच आपली लेखणी प्रकर्षाने चालवीत राहिले. सुधारकनंतर सामाजिक सुधारणांना अग्रक्रमाने स्थान देणारे पत्रकार म्हणून प्रबोधनकार ठाकरे यांचे नाव घ्यावे लागेल.

पुण्यातील आणि महाराष्ट्रातील सनातनी चळवळीशी दोन हात करताना त्यांनी सत्यशोधकी जातीयवादाविरोधातही लेखणी चालविली.

आज ज्वलंत असलेल्या महाराष्ट्रातील परप्रांतीयांच्या वाढत्या धोक्याची कल्पना प्रबोधनकारांनी जवळपास नव्वद वर्षांपूर्वी म्हणजे १९२२ सालीच दिली होती. दाक्षिणात्यांच्या मुंबईतल्या वाढत्या घुसखोरी संदर्भात लिखाण करून त्यांनी खळबळ माजवली होती. याच विचारसरणीचा वारसा पुढे त्यांच्या चिरंजीवांनी शिवसेनेच्या रूपाने पुढे नेला.

समाजसुधारणाविषयाला वाहिलेल्या पत्रकारितेत आगरकरांबरोबरच प्रबोधनकारांचे नावही अग्रक्रमाने घ्यावे लागेल.

भारतरत्न डॉ. बाबासाहेब आंबेडकर

चवदार तळ्याच्या निमित्ताने महाड येथे भरलेल्या बहिष्कृत परिषदेच्या विचारांचा पाठपुरावा करण्यासाठी एखादे वृत्तपत्र असावे अशी कल्पना परिषदेच्या १९२७च्या मार्च महिन्यात भरलेल्या अधिवेशनात पुढे आली. या अधिवेशनातच बहिष्कृत भारत या नावाचे पत्र प्रकाशित करण्याचा निर्णय होऊन हे पत्र प्रायोगिक स्वरूपात एप्रिल १९२७ला सुरू झाले. या पत्राचे संपादकपद घटनाकार आणि भारताच्या सामाजिक चळवळीतले सर्वांत अभ्यासू आणि परिणामकारक व्यक्तिमत्व डॉ. भीमराव रामजी ऊर्फ बाबासाहेब आंबेडकर यांनी भूषविले; ही मराठी वृत्तपत्राच्या इतिहासातील मोजक्या लक्षणीय घटनातील एक घटना आहे.

यापूर्वी 'मूकनायक'च्या रूपाने १९२० साली आंबेडकरांनी हा प्रयत्न करून पाहिला होता; पण अपुरे आर्थिक पाठबळ आणि वाचकांची मर्यादित संख्या यामुळे हा प्रयत्न फसला होता.

दलितांना त्यांचे न्याय्य हक्क मिळवून देण्यासाठी आंबेडकरांनी बहिष्कृत भारताची उभारणी केली. स्वातंत्र्य मिळाले तर ब्रिटिश जाऊन त्यांच्या जागी सवर्णातील विशिष्ट जाती येतील त्यामुळे दलितांच्या स्थितीत कोणताही फरक पडणार नाही आणि म्हणून या समाजाला जागे करण्यासाठी वृत्तपत्र हा आंबेडकरांच्या पत्रकारितेचा मूळ हेतू होता.

असे असले तरी आंबेडकरांनी आपल्या लेखणीला एकांगी स्वरूप येऊ दिले नाही आणि भाषेच्या आणि वृत्तपत्रीय सभ्यतेच्या मर्यादाही कधी ओलांडल्या नाहीत, हे आंबेडकरांचे पत्रकार म्हणून वैशिष्ट्य मानावे लगेल.

अस्पृश्यतेमुळे फक्त अस्पृश्यांचेच नुकसान झाले नसून संपूर्ण समाजाचेच नुकसान झाले आहे या मतावर आंबेडकर ठाम होते.

पत्रकारितेत जातीयवादाला स्थान नसते आणि चौकटबंद पत्रकारिता ही पत्रकारिताच नसते यावर आंबेडकर ठाम होते. म्हणूनच लोकहितवादी देशमुखांची शतपत्रे त्यांनी बहिष्कृत भारतमधे पुनर्मुद्रित केली.

वृत्तपत्रास पैसे लागतात आणि ते जहिरातीद्वारे मिळवणे हा सोपा उपाय असतो असे असले तरी दिशाभूल करणाऱ्या फसव्या खोट्या जहिराती आंबेडकरांनी पत्रकारितेतील प्रबोधनाच्या ध्येयापोटी नाकारल्या हे वैशिष्ट्य आजही ध्यानात ठेवावे असे आहे.

म्हणूनच मराठीतील महान पत्रकारांचे स्मरण करताना भारतरत्न डॉ. बाबासाहेब आंबेडकरांचे नाव प्रातःस्मरणीय नामावलीत घ्यावे लागेल.

डॉ. ना. भि. परुळेकर

'वृत्तपत्र' आणि 'पत्रकारिता' हे व्रत असले, तरी त्याला व्यावहारिक बाजू असते.सैन्य जसे पोटावर चालते तसे वृत्तपत्र पैशांवर चालते याचे नेमके भान असलेले सुविद्य आणि तत्त्वनिष्ठ पत्रकार म्हणून सकाळचे संस्थापक संपादक डॉ. ना. भि. परुळेकर यांचे नाव घ्यावे लागेल.

१९३० नंतर भारताला आज ना उद्या स्वातंत्र्य मिळणार याची चाहूल लागू लागली होती. गांधी युग ऐन भरात होते. परकीय सरकारचे धोरणही हळूहळू नरम व्हायला सुरुवात झाली होती. यामुळे भविष्यात लढाऊ पत्रकारितेपेक्षा विकासवादी व्यावहारिक पत्रकारिता हीच उपयुक्त ठरणार आहे याचे नेमके भान नानासाहेब परुळेकरांना आले होते. या भावनेतूनच १ जानेवारी १९३२ला सकाळचा पुण्यातून प्रारंभ झाला.

भावी काळातील अनेक नामवंत पत्रकारांच्या आयुष्यातील 'सकाळ'मधील उमेदवारी हा त्यांच्या प्रशिक्षणाचा काळ होता. स्वत: परुळेकर हे विद्वान आणि पत्रकारितेचे शास्त्रशुद्ध शिक्षण अमेरिकेत घेऊन परतले होते. त्यामुळे त्याच्यावर अमेरिकेत लोकप्रिय असलेल्या काउंटी जर्नालिझम (विभागीय पत्रकारिता) या कल्पनेचा प्रभाव होता.

सकाळ आणि परुळेकरांचे धोरण प्रारंभापासूनच उगाचच लढाऊबाणा न घेता वाचकांना उपयुक्त आणि मनोरंजक वाटेल असा मजकूर देण्याचा होता.

जहाल अगर विद्वत्ताप्रचुर संपादकीयांपेक्षा स्थानिक वृत्ते आणि त्यांचे विश्लेषण यावर परुळेकरांचा भर होता. त्या काळातील वृत्तपत्रीय प्रवाहाविरुद्ध पोहण्याचा हा प्रयत्न होता. हा प्रयत्न यशस्वीरीत्या संदेशाच्या माध्यमातून झाला होता; पण तो चिरस्थायी झाला नाही कारण संदेशकारांचा बाणा हा अधिक लढाऊ होता. आणि संदेशचे व्यावसायिक धोरण व्यवहार्य नव्हते जे दोष परुळेकरांनी प्रारंभापासून टाळले होते. अर्थात, या पत्रकारितेची त्या काळातील तथाकथित विद्वत्ताप्रचुर पत्रकारितेने भरपूर टवाळी केली होती; पण परुळेकर आपल्या धोरणावर ठाम होते.

व्रतस्थवृत्तीने स्वीकारलेले विकासवादी पत्रकारितेचे धोरण सकाळने सोडले नाही. अमेरिकेतील शिक्षण आणि प्रत्यक्ष कामाचा अनुभव यांचा वापर करून या मातीतील वाटेल, अशी स्वतंत्र पत्रकारितेची वाट परूळेकरांनीच चोखाळली आणि काही काळातच या पायवाटेचा महामार्ग झाला.

नवाकाळ सारख्या एखाद्या वृत्तपत्राचा अपवाद सोडला तर व्यवसाय आणि वाचकप्रियता या कसोटीवर उतरलेले प्रदीर्घ काळ यशस्वीरीत्या चालू असलेले वृत्तपत्र म्हणून सकाळकडेच बोट दाखवावे लागेल. ही पूर्णपणे परुळेकरांचीच कर्तबगारी होती.

बातमी लवकरात लवकर , वास्तव स्वरूपात सचित्र जाणून घेणे हा वाचकांचा हक्क आहे याची जाणीव नानासाहेबांना होती. बातमी राजकीय सभेची असो, क्रिकेटच्या

मॅचची असो अगर कुस्तीच्या फडाची असो ती लवकरात लवकर शक्यतोवर दुसऱ्याच दिवशी सकाळमध्ये यावी यासाठी नियोजनपूर्वक प्रयत्न नानासाहेब करत असत.त्यातूनच आजच्या बातमीवर आधारित वृत्तपत्रांचा पाया घातला गेला ज्यात जडजंबाल विचारांपेक्षा सचित्र वास्तवाला अधिक स्थान आहे.

'कुत्रा माणसाला चावला तर ती बातमी नसते; पण माणूस कुत्र्याला चावला तर ती बातमी होते.' हे साधे तत्त्व समोर ठेवून 'बातमी' हा दैनिकाचा आत्मा आहे हे जाणून बातमीशी निष्ठा ठेवणारा आणि ही बातमी वास्तव आणि व्यवहार्य स्वरूपात लवकरात लवकर सचित्र स्वरूपात मांडण्याचा पायंडा सकाळच्या माध्यमातून नानासाहेबांनी पाडला. 'बातमीला प्राधान्य' ही नानासाहेबांनी मराठी पत्रकारितेला सकाळच्या रूपाने दिलेली देणगीच आहे.

बाबूराव धोंडोपंत ठाकूर

समाजसेवेच्या भावनेतून राष्ट्रीय चळवळीत उडी घेतलेले आणि या उद्दिष्टास सहाय्यभूत व्हावे म्हणून पत्रकारितेचे व्रत अंगीकारणारे बाबूराव ठाकूर हे मराठी पत्रकारितेतील महाराष्ट्राबाहेरील नामवंत आणि व्रतस्थ व्यक्तिमत्त्व आहे.

प्राधान्याने बाबूराव ठाकूर यांची ओळख महाराष्ट्र–कर्नाटक सीमावादातील महाराष्ट्र एकीकरण समितीचे नेते या सर्वरूपात असली तरी महाविद्यालयीन जीवनातच गांधी तत्त्वज्ञानाने भारलेल्या बाबूरावांनी महाविद्यालयीन शिक्षणाचा त्याग करून स्वातंत्र्य चळवळीत उडी घेतली आणि त्याला सहाय्यभूत म्हणून स्वत:चे साप्ताहिकही त्यांनी सुरू केले. अशाप्रकारे पत्रकार म्हणून या दालनात आलेले बाबूराव आजन्म पत्रकारच राहिले.

लेखणीचा आविष्कार दाखवून आपल्या बुद्धिवैभवाने वाचकांना चकित करून सोडण्याची तत्कालीन पत्रकारितेतील प्रथा बाजूला ठेवून सर्वसामान्यांचे प्रश्न आपल्या पत्रात मांडून त्याचा तो प्रश्न सुटेपर्यंत पाठपुरावा करणे हेच बाबूरावांनी आपल्या पत्रकारितेचे ध्येय मानले.

या ध्येयवादातूनच आजच्या सीमाभाग, दक्षिण महाराष्ट्र आणि कर्नाटक येथे मराठी भाषिकांच्यात लोकप्रिय असलेल्या तरुण भारतची साप्ताहिक स्वरूपात सुरुवात १९१९ मध्ये झाली. १९२८ मधे तरुण भारतचे साप्ताहिक झाले आणि १९६६ मधे त्याने दैनिकाचे रूप घेतले जे आजही लोकप्रिय स्वरूपात अवतरत आहे.

बाबूरावांचा मूळचा पिंड लढाऊ राजकीय कार्यकर्त्याचा असल्याने आणि या सामाजिक आणि राजकीय लढाईचे साधन म्हणून तरुण भारतची निर्मिती झाली असल्याने

स्वातंत्र्यपूर्व काळात राजकीय चळवळीचे केंद्र अशी बेळगावमधील तरुण भारतच्या कार्यालयाची स्थिती होती. चळवळीच्या निमित्ताने बाबूरावांनाही तुरुंगाच्या वाऱ्या कराव्या लागत होत्या पण चळवळीचे हत्यार आणि सामान्यांचे प्रश्न मांडण्याचे आणि ते सोडवण्याचे साधन म्हणून बाबूराव आपली पत्रकारिता आणि तरुण भारतचा वापर एकनिष्ठपणे करत राहिले. स्वातंत्र्य मिळाल्यावरही सीमावादाच्या लढ्यातही कर्नाटकातील मराठी भाषिकांचे केंद्रस्थान राहिले.

अन्यायविरूद्ध प्रथम ब्रिटिशांविरूद्ध लढणारे आणि स्वातंत्र्योत्तर काळातही सीमावादातील मराठीभाषिकांचे मुखपत्र म्हणून बाबूराव ठाकूर यांचे काम मराठी भाषिकांच्या कायम स्मरणात राहिल.

गणपतराव जाधव

राजकारणासह कोणत्याही क्षेत्रात मानमरातब मिळण्याची शक्यता असूनही तो मोह नाकारून पत्रकारितेसाठी आपले सर्वस्व झोकून देणाऱ्या आणि आज पश्चिम महाराष्ट्रासह मुंबईत लोकप्रिय म्हणून गणल्या गेलेल्य पत्रात पुढारीचे संस्थापक संपादक म्हणून गणपतराव जाधव यांचे नाव मराठी पत्रकारितेत झळकते आहे.

घरच्या परिस्थितीमुळे शिक्षण अर्धवट सोडावे लागले असले तरी वाचन आणि लिखाणाची गणपतरावांची ओढ तसूभरही कमी झाली नाही. भास्करराव जाधवांचे सहकारी म्हणून १९२७ साली मुंबईस गेलेले गणपतराव सत्यशोधक समाजाच्या 'कैवारी' या पत्रात जवळकरांचे सहकारी म्हणून काम करू लागले तरीही गणपतरावांनी निर्भीडपणा म्हणजे असभ्य बाणा अगर शिवराळपणा नव्हे हे जवळकरांना न मानवणारे तत्त्व आग्रहाने जपले. पुढे महात्मा गांधींच्या सन्निध्यात आल्यावर कोणतीही चळवळ ही जातीची नसते तर आम जनतेची असते हे तत्त्व मनावर बिंबवून त्या मार्गावरच आपल्या पत्रकारितेचा प्रवास केला.

मुंबईतील वास्तव्यता गणपतरावांचा संबंध अच्युतराव कोल्हटकर, मामा वरेरकर, अ. ह. गद्रे अशा पत्रकारितेतील विद्वानांशी आल्याने जातिभेदाची बंधने गणपतरावांवर कधीच पडली नाहीत आणि त्यानंतरच्या काळातील पुढारी हे गणपतरावांच्या संपादनाखाली निघणारे सडेतोड पण सुसंस्कृत आणि निर्भीड पत्र या स्वरूपातच लोकांसमोर येत राहिले.

पत्राच्या लोकप्रियतेचा स्वत:च्या व्यक्तिगत मानापमानासाठी अगर प्रतिष्ठेसाठी वापर करण्याचा मोह गणपतरावांनी कसोशीने टाळला आणि वृत्तपत्रव्यवसाय हे व्रत मानून पुढारी नावारूपास आणला. बहुजनसमाजाची बाजू घेणे म्हणजे जातीयवादी

होणे नव्हे, हे व्रत पाळून पत्रकारितचे एक नवेच रूप गणपतरावांच्या रूपाने पुढेच आले येवढेच नाही तर ते महाराष्ट्र आणि मराठी भाषिकांत लोकप्रियही झाले. गणपतराव गोविंदराव जाधव हे त्यांचे पूर्ण नाव.

आनंदराव वाघमारे

स्वातंत्र्य समोर दिसू लागल्यावर संपूर्ण भारतात पत्रकारितेमागील सरकारी ससेमिरा कमी झाला असला तरी मराठवाड्यात निजामशाही ऐन भरात असल्याने तेथील जनतेला मात्र गुलामगिरीचे जिणे जगावे लागत होते. या पाशवी राजवटीविरुद्ध ज्यांनी आपल्या लेखणीच्या जोरावर त्वेषाने लढा दिला त्यात आनंदराव वाघमारे यांचे नाव प्रथम स्थानी राहिल.

स्वातंत्र्य मिळाल्याशिवाय राजकीय, सामाजिक अगर आर्थिक बदल होणार नाहीत या विचारांवर आृनंदराव ठाम होते. हे स्वातंत्र्य मिळवण्यासाठी लोकजागृती करण्यासाठी आनंदरावांनी पत्रकारितेचा शस्त्र म्हणून अतिशय प्रभावी वापर केला. आणि मराठवाड्याला लढाऊ पत्रकारितेचे हत्यार बनवले.

सरकारी ससेमिऱ्यामुळे दहा महिन्यांत अकरा साप्ताहिकांना बंदीस सामोरे जावे लागूनही आपली लढाई नव्या नावानिशी आनंदराव खेळतच राहिले. पत्रकारितेसाठी आपल्या सर्वस्वावर आनंदरावांनी पाणी सोडले पण आपल्या स्वातंत्र्याच्या ध्येयापासून ते दूर झाले नाहीत. सुरक्षित स्थितीत स्वातंत्र्याच्या गप्पा मारणे सोपे असते पण जेव्हा निजामासारख्या संस्कृतिशून्य राजवटीत स्वातंत्र्यभावनेचा पुकार करावा लागतो तेव्हा त्यातील यातना आणि कष्ट मरणप्राय असतात; पण हे सारे आनंदरावांनी सहजपणाने सोसले पण ते आपल्या ध्येयापासून दूर झाले नाहीत. आनंदराव बहुशिक्षित नसले तरी लोकभावनांची त्याना नेमकी जाण होती आणि त्या प्रभावी रीतीने व्यक्त करणारी लेखणीही त्यांना अवगत होती.२० व्या शतकातही आपल्या लेखणीसाठी हालअपेष्टा आणि विजनवास सोसूनही आपल्या ध्येयप्राप्तीसाठी लढत राहिलेल्या मोजक्या पत्रकारात आनंदरावांचे नाव अग्रभागी राहील. आनंद कृष्ण वाघमारे हे त्यांचे पूर्ण नाव.

याखेरीजही अनेक नामवंतांचा समावेश यात जागेच्या मर्यादेमुळे केलेला नाही. प्रामुख्याने ज्यांनी स्वत:ची पत्रे काढण्यची जबाबदारी स्वीकारून परकी सत्ता आणि अनिष्ट प्रथा या विरोधात स्वत:ची पत्रे सुरू करून लढा दिला त्या स्वातंत्र्यपूर्व काळातील अगर अगदी स्वातंत्र्य मिळता मिळता उदयास आलेल्या पत्रकारांचा यात समावेश आहे.

आजकाल 'पत्रकार' हा शब्द अतिशय सस्त्या स्वरूपात वापरला जात आहे. बातमीदार आणि पत्रकार यांची जबाबदारी आणि कर्तव्ये यांत फरक असल्याचे शासनच

विसरून गेले आहे आणि त्यामुळे सब घोडे बारा टक्के या न्यायाने पत्रकार हा शब्द वापरला जात आहे.

ज्या ब्रिटिशांकडून ही पत्रकारितेची परंपरा आपण घेतली आहे त्यांच्याकडे पत्रकार, संपादक आणि बातमीदार हे तीन स्वतंत्र प्रकार असून, त्यांची कामेही भिन्न आहेत. जो स्वत:चे पत्र काढतो तो पत्रकार ही पत्रकार या शब्दाची व्याख्या ध्यानी ठेवून वरील व्यक्तिमत्त्वाचा आढावा घेतला आहे.

पहिल्या मराठी वृत्तपत्राच्या म्हणजे दर्पणच्या प्रारंभापासून आज अखेरच्या वृत्तपत्रविषयक घडामोडींचा हा धावता आढावा आहे. यात सारेच ऐतिहासिक संदर्भ आलेच असतील असा दावा नाही; पण तरीही गेल्या सुमारे १७० वर्षांतील मराठी वृत्तपत्रसृष्टीची वाटचाल सांगण्याचा हा प्रयत्न आहे.

या साऱ्या वाटचालीत दुर्लक्षिता न येणारा तितकाच महत्त्वाचा वाटा मुद्रणतंत्राचा आहे.

मुद्रणाच्या वाढत्या सोयी आणि मुद्रणतंत्रज्ञानात होत गेलेली नवनवी संशोधने यामुळे वृत्तपत्र हे सर्वसामान्यांच्या आवाक्यातले माहिती मिळवण्याचे साधन बनले ही गोष्ट नाकारता येणार नाही. त्याचबरोबर आकाशवाणी, दूरदर्शन अगर माहिती उपलब्ध करण्याची अन्य साधने गतीमान असली तरी त्याच्या वापरावर मर्यादा आहेत.

आजघडीला तरी ज्यावर व्यक्तिगत स्वामित्वाचा भाव ते वापरणाऱ्याच्या मनात निर्माण होऊ शकतो असे आपल्या हातातील वृत्तपत्र हे माहितीक्षेत्रातील एकमेव माध्यम आहे आणि हेच या माध्यमाच्या लोकप्रियतेचे कारण आहे.

दूरदर्शन, आकाशवाणी या माध्यमांना साधने आणि स्थानाच्या आर्थिक आणि तांत्रिक मर्यादा आहेत. त्यातील कशाचाही अभाव असेल तर ती साधने त्यावेळी तरी निरुपयोगी ठरू शकतात.

वृत्तपत्र कोठे बसून वाचायचे, केव्हा वाचायचे आणि त्यातील काय वाचायचे याबाबतचे निर्णय पूर्णपणे व्यक्तिगत स्वरूपाचे असल्याने हातातील वृत्तपत्राला व्यक्तिगत मालकीचे सोयीनुरूप आणि आवडीनुरूप वापरायचा अपवाद वगळता कायम उपलब्ध असणाऱ्या साधनांचे स्वरूप प्राप्त झाले आहे. यातच या माध्यमाच्या लोकप्रियतेचे रहस्य दडले आहे.

आणि हे सहजपण मुद्रणाच्या साधनांमुळे शक्य झाले आहे. प्रारंभी हे मुद्रण लाकडी ठसे अगर शिळाप्रेसच्या साहाय्याने होत होते. त्यावेळी त्याच्या निर्मितिकाळावर आणि प्रतींच्या संख्येवर मानवी क्षमतेच्या मर्यादा होत्या.

त्यानंतर खिळ्यांचा (टाइपचा) शोध लागला आणि विसाव्या शतकाच्या आठव्या दशकापर्यंत लोकप्रिय असलेली अक्षर मुद्रणालये ही संकल्पना रूढ झाली; खिळ्यांमुळे कमी जागेत अधिक मजकूर देणे शक्य झाले.

खिळ्यांच्या (टाइपच्या) शोधाबरोबरच मुद्रणयंत्रांची निर्मिती होत गेली. प्रथम हॅन्डप्रेस, नंतर पायाने चालवायचे ट्रेडल मशीन, त्यानंतर हाताने फिरवायची सिलेंडर हा प्रकार १९४७ पर्यंत लोकप्रिय झाला. पाठोपाठ स्वयंचलित सिलेंडर आणि रोटरी पद्धतीच्या मुद्रणाने मुद्रणाची गती आणि क्षमता वाढत गेली.

प्रतिरूप मुद्रण (ऑफसेट प्रिंटिंग) आणि अक्षररचना (टाइपसेटिंग) तंत्राच्या आगमनानंतर छायाचित्रे, रंगीत मुद्रण आदि तंत्रे सहज साध्य झाली.

१९८० सालानंतर डी. टी. पी. (डेस्क टॉप पब्लिशिंग) अवतरले. त्याचबरोबर वेब ऑफसेट तंत्रज्ञान सर्वत्र पोचले आणि तासाभरातच १६ ते २० पानी अंकांच्या बहुरंगी आकर्षक मुद्रणाच्या हजारो प्रती छापणे शक्य झाले.

याचबरोबर दळणवळणाची साधने वाढल्याने वृत्तपत्रांचे वितरणही सहज आणि जलद झाले.

याच दरम्यान, इंटरनेट आणि संगणकीय क्रांती झाली. आणि वृत्तपत्रासाठी संपर्क अगदी सहज आणि सोपा झाला. बातम्या, छायाचित्रे आणि मजकूर पाठविणे हे काही क्षणांचेच काम उरले. वृत्तपत्रांच्या जिल्हा आवृत्त्या आणि तालुका कार्यालये सुरू झाली आणि आज आपण पहात असलेला वृत्तपत्रांचा अफाट पसारा निर्माण झाला.

२१ व्या शतकात 'कागदाशिवाय संपर्क' ही कल्पना संगणकाने अस्तित्वात आणली. वृत्तपत्रांच्या ई – आवृत्त्या अगर कागदरहित वृत्तपत्रांनी जन्म घेतला. ज्यामुळे प्रत्यक्ष दळणवळण साधनांखेरीज वृत्तपत्रे घरांपर्यंच पोचवणे शक्य झाले. त्यांच्या स्थानमर्यादा नष्ट झाल्या. मराठी वृत्तपत्रे जगभरातील मराठी वाचकांना वाचणे सहज शक्य झाल्याने जगभरातल्या मराठी भाषिकांच्यातील जवळीक वाढली.

आज घडीला सकाळ, लोकमत, पुढारी, महाराष्ट्र टाइम्स, लोकसत्ता, सामना, प्रहार, तरुण भारत, देशोन्नती, देशदूत, ऐक्य, बेळगाव तरुण भारत आदि वृत्तपत्रांच्या आणि काही साप्ताहिकांच्या ई–आवृत्त्या निघत असून त्यावर वाचकांना आपल्या प्रतिक्रिया त्वरित नोंदवण्याची सोय उपलब्ध झाली आहे. विचारमंथनाच्या दृष्टीने ही मोठी भर संगणकीय क्रांतीमुळे पडली आहे. एखादी घटना, विचार आणि विधान या संदर्भात जनसामान्यांच्या प्रतिक्रिया क्षणार्धात मिळत असल्यामुळे लोकभावना जाणून घेणे संबंधितांना सहज शक्य झाले आहे.

पर्यावरण आणि जंगले यांचा विनाश थांबवण्यासाठी भविष्यात कागदाचा वापर काटकसरीने करणे ही काळाची गरज बनणार आहे. त्यामुळे कागदविरहित वृत्तपत्र ही कल्पना आता फार दूरची राहिलेली नाही.

घराघरांतून कदाचित टी. व्ही. प्रमाणे इ-पेपरचा स्टॅन्डही लागेल आणि त्यावर आपल्या आवडीचा पेपर वाचणे आपल्या सोयीने शक्य होईल.

वृत्तपत्रांचे वर्णन क्षणाचे साहित्य आणि अनंतकाळची रद्दी असा करतात. भविष्यात ही रद्दी कदाचित नाहीशी होऊन नव्या तंत्रज्ञानाने अवतरलेले माहितीपूर्ण, मनोरंजक आणि जाणिवा विकसित करणारे साहित्यच उरेल तो दिवस आता फार दूर उरलेला नाही.

महाराष्ट्रातील श्राव्यमाध्यम - आकाशवाणी

विश्वस्तरावर माहितीजालाचा प्रचंड वेगाने प्रसार होत असताना प्रसार माध्यमांसारखा अतिशय संवेदनशील आणि जगाबरोबरच राहण्यासाठी सदैव धडपडणाऱ्या, किंबहुना असंही म्हणता येईल की, 'शहाणे करून सोडावे सकळ जना' या उक्तीप्रमाणे सामान्यजनांनासुद्धा जगाबरोबर राहण्यासाठी उद्युक्त करणाऱ्या विषयाला एका कालखंडापुरतं मर्यादित करणं आणि स्थलविशेषापुरतं बोलणं थोडं कठीण होऊन जातं.

एखाद्या सागरातून कळशीभर पाणी घेऊन त्या पाण्याविषयी बोलणं जितकं व्यर्थ तितकंच त्या सागराचेच गुण-दोष असलेलं ते पाणी.

महाराष्ट्र आपलं सुवर्ण महोत्सवी वर्ष साजरं करताना प्रसारमाध्यमांच्या आणि खास करून आकाशवाणी, दूरदर्शन आणि इतर खासगी वाहिन्या यांच्याविषयी बोलताना वैश्विक स्तरावर होत असलेली तंत्रज्ञानक्रांती ही आपल्याला लक्षात घ्यावी लागेल आणि महाराष्ट्र राज्याच्या काना-कोपऱ्यात पसरलेल्या या कार्यजालाला याच क्रांतींनी हातभार लावला आहे हे पटेल.

जून १८९६ मध्ये मार्कोनींने इंग्लंडमध्ये बिनतारी संदेशवाहनाचा शोध लावला नसता तर.. आज काय परिस्थिती असती? याचा विचार केला तर लगेचच चित्र स्पष्ट होईल. १९९६ ते २००९ हा प्रवास दृक्-श्राव्य माध्यमांसाठी खडतर पण प्रगतीचा आलेख उंचावत राहणारा होता. परकीय आणि स्वकीय अशा दोन भिन्न राजवटी तर पाहिल्या; पण आर्थिक चढ-उतार सोसले.

भारतात १९२३ साली मे महिन्यात पहिला रेडिओ क्लब स्थापन झाला, तो चेन्नई (मद्रास)मध्ये याच दरम्यान कोलकाता आणि मुंबईमध्येपण रेडिओ क्लब स्थापन

करण्यात आले; पण खऱ्या अर्थाने मुंबईत १९२७ साली २३ जुलै या दिवशी 'इंडियन ब्रॉडकास्टिंग कंपनी' या नावाने केंद्र सुरू झालं आणि त्याचं उद्घाटन त्यावेळचे भारताचे व्हाईसरॉय लॉर्ड आयर्विन यांनी केलं आणि लगेच ऑगस्ट २६ रोजी कोलकाता इथेही केंद्र सुरू करण्यात आलं. १९३०च्या सुमारास मुंबईत सुरू झालेलं केंद्र तोट्यात सुरू असलेलं पाहून व्यवस्थापनानं सरकारला आर्थिक अनुदान देण्याविषयी मागणी केली. सरकारी यंत्रणेनी ही मागणी मान्य करून हे केंद्र ताब्यात घेतलं आणि कंपनीचं 'इंडियन ब्रॉडकास्टिंग कंपनी लिमिटेड'च्या ऐवजी 'इंडियन स्टेट ब्रॉडकॉस्टिंग सर्व्हिस' असं नामकरण केलं; परंतु ब्रिटिश सरकारही या निर्णयानंतर द्विधा मन:स्थितीत होतं.काही दिवस अशीच परिस्थिती राहिली; पण नंतर सुदैवानी थोडीशी सुधारणा होऊन कंपनी सुरूच राहिली. त्यावेळी आठ हजारांच्या आसपास रेडिओ सेट परवानाधारक होते. प्रसारित होणाऱ्या कार्यक्रमांबद्दल बोलायचं झालं तर त्यावेळी जास्त करून शास्त्रीय संगीत अणि संगीतविषयक कार्यक्रमांचा भर होता.

अनेक उत्तमोत्तम कलाकार आपली कला सादर करण्यासाठी आवर्जून येत असत. या सगळ्या परिस्थितीत प्रसारणासाठी पोषक वातावरण तयार होत गेलं. १९३० ते ३६ या काळात अनेक महत्त्वपूर्ण बदल आणि निर्णय झाले. १९३३ साली 'इंडियन वायरलेस टेलिग्रॅफी ॲक्ट' अस्तित्वात आला. १९३४ साली दिल्ली इथे प्रसारण केंद्राच्या उभारणीला मान्यता देण्यात आली आणि जानेवारी १९३५ मध्ये इंग्लंडच्या मार्कोनी कंपनीला दिल्ली केंद्राच्या प्रेक्षणाची ऑर्डर देण्यात आली आणि त्याचबरोबर खेड्यापाड्यातून हे प्रसार पोहोचण्यासाठी रेडिओ सेट्सचीही मागणी करण्यात आली. यादरम्यान नावारूपाला आलेल्या ब्रिटिश ब्रॉडकॉस्टिंग कंपनीला मद्रास प्रेसिडेन्सी क्लबसाठी प्रसारव्यवस्थापनाची जबाबदारी सोपवण्यात आली. ऑगस्ट १९३५ मध्ये भारताचे पहिले प्रसारणनियामक म्हणून लायोनेल फिल्डन यांची निवड करण्यात आली. 'आकाशवाणी' या नावाने केंद्र सुरू करण्याची कल्पना म्हैसूर राज्याने प्रत्यक्षात आणली. प्रसारण कंपनीचं जाळं विस्तारत असतानाच फिल्डन हे 'इंडियन स्टेट ब्रॉडकास्टिंग सर्व्हिस' या नावानी कंपनी सुरू ठेवायला थोडे नाखूष होते; पण सचिवालयात या नावात बदल करायला कोणीच उत्सुक नव्हते.

एका पार्टीत एकत्र असताना फिल्डन यांनी संधी साधली आणि व्हाइसरॉय लॉर्ड लिन्लिथगो यांना बाजूला नेऊन जरा वेगळ्या पद्धतीने हा विषय समजावून सांगितला. 'ब्रॉडकॉस्ट' हा शब्द भारतीयांना उच्चारताना थोडा त्रास पडतो आणि ISBS हे नावही चांगलं वाटत नाही. तेव्हा याला सोपा सहज पर्याय काही सुचतो का? असं विचारलं. तेव्हा व्हाईसरॉय लिन्लिथगो यांनी 'इंडियन स्टेट'च्या ऐवजी 'ऑल इंडिया' असा पर्याय

सुचवला आणि लगेचच 'ब्रॉडकास्टिंग सर्व्हिस'च्या ऐवजी 'रेडिओ' हे छान वाटतं असं म्हणून स्वत:च त्या पार्टीत 'इंडियन स्टेट ब्रॉडकास्टिंग सर्व्हिस'च्या ऐवजी 'ऑल इंडिया रेडिओ' असं नामकरण झाल्याचं घोषितही करून टाकलं. अशा पद्धतींनी फिल्डन् यांचे प्रयत्न यशस्वी झाले आणि ८ जून १९३६ ला 'ऑल इंडिया रेडिओ' असं नामाभिधान झालं आणि या नावाचं लघुरूप 'AIR' हेही सार्थच कारण हवामार्गे श्रोत्यांशी संवाद साधणारं माध्यम.

१९३७ साली AIR उद्योग आणि श्रम मंत्रालयाकडून संचार विभागाकडे सुपूर्द करण्यात आलं आणि पुढे १९४१ साली माहिती आणि प्रसारण विभाग नव्याने तयार करण्यात आला. पुढे १९४७ साली या विभागाचं स्वतंत्र मंत्रालय करण्यात आलं. यादरम्यान एशिया-पॅसेफिक ब्रॉडकास्टिंग युनियन आणि कॉमनवेल्थ ब्रॉडकास्टिंग असो, यांच्याकडे 'ऑल इंडिया रेडिओ'ची सदस्य म्हणून नोंदणी झाली. भारतात मात्र ही सेवा 'आकाशवाणी' म्हणूनच प्रसिद्धीस आली.

पण या प्रसारणसेवेचा पाया रचण्यात BBC च्या लायनेल फिल्डन, एच. एल. किरकी आणि या सेवेचे पहिले मुख्य अभियंता सी. डब्ल्यू. गॉयडर यांचा महत्त्वाचा वाटा आहे.

आकाशवाणीचा सध्या प्रचलित असलेला लोगो ही लायनेल फिल्डन यांचीच कल्पना. अखंड भारताच्या नकाशाच्या पार्श्वभूमीवर AIR ही अक्षरं रचण्यामागे खूप मोठा विचार त्यांनी केला होता. अतिशय थोड्या कालावधीत ज्याप्रमाणे मुंबई केंद्रावर पाश्चिमात्य संगीत कार्यक्रमाचं नियोजन आणि निर्माण कार्य सांभाळणे प्रसिद्ध संगीतकार आणि संगीततज्ज्ञ वॉल्टर कॉफमन यांनी अजूनही रोज प्रसारणाच्या सुरुवातीला कानावर पडणारी आकावाणी संकेतधून तयार केली. तानपुरा, व्हायोलिन आणि व्हायोला अशा तीन वाद्यांचा सुरेख वापर करून तयार केलेली ही संकेतमधून आजही तितकीच प्रसन्नता देणारी आहे.

याच काळात या सेवेचा विस्तार आणि प्रसारणगुणवत्ता यासंबंधी काही विशेष घटना घडल्या. १९३५ साली उत्तर-पश्चिम भागात पेशावर उभे, तसंच अलाहाबाद संयुक्त संस्थानात ग्रामीण कार्यक्रम प्रसारण करऱ्यासाठी खासगी केंद्रे सुरू झाली आणि नंतर ती AIR चा भाग झाली.

१९ जानेवारी १९३६ रोजी मुंबई केंद्रावरून पहिलं बातमीपत्र प्रसारित झालं. खऱ्या अर्थानं बातमीपत्र प्रसारित झालं. खऱ्या अर्थानं आकाशवाणीची 'सेंट्रल न्यूज ऑर्गनायझेशन'ची स्थापना झाली. ऑगस्ट १९३७ साली. आकाशवाणी वृत्तविभागासंबंधी अधिक सविस्तर माहिती आपण पुढे घेणार आहोतच.

फिल्डन आणि किरकी यांच्या योजनेप्रमाणे काही मुख्य केंद्रांच्या प्रसारणासाठी मध्यम लहरी प्रक्षेपक वापरण्यात येणार होता, जेणेकरून जवळपास असणाऱ्या गावा-खेड्यांमधून प्रसारण स्पष्ट ऐकू येईल आणि दिल्ली केंद्र लघु लहरींद्वारे मुंबई, कोलकाता, मद्रास यांना जोडून कार्यक्रमांची देवाण-घेवाण करणं सोपं जाईल. याशिवाय संस्थानिकांच्या आधिपत्याखाली असलेल्या सहा नव्या केंद्रांचा यात समावेश केला गेला, ज्यात बडोदा, म्हैसूर, त्रिवेंद्रम, हैदराबाद आणि औरंगाबाद यांचा समावेश होता. १९३९ ऑक्टोबरमध्ये 'पुश्तू' भाषेतून अफगाणिस्तानमधल्या श्रोत्यांपर्यंत प्रसारण पोहोचवून आकाशवाणीनी विदेश सेवा विभाग सुरू केला. भारतीय उपखंडाच्या दृष्टीने (१९३९-१९४५) दुसऱ्या महायुद्धाच्या काळात ह्या सेवेने उल्लेखनीय काम केलं.

१९४० मध्ये फिल्डन यांनी प्रसारण नियामकाचं पद सोडून पुन्हा मायदेशी जाण्याचा निर्णय घेतला आणि त्यांच्या जागी दुसऱ्या महायुद्धाच्या काळात ही जबाबदारी सांभाळली. प्रा. अहमद शाह बुखारी यांनी. एक हुशार, सुस्पष्ट विचारसरणी आणि दूरदृष्टी असलेली अशी व्यक्ती असल्यामुळे बुखारी यांचा अतिशय संवेदनशील असा महायुद्धाचा कार्यकालही आकाशवाणीसाठी लाभदायक ठरला. १९४३ साली 'प्रसारण नियामक' हे पदाचं नाव बदलून 'डायरेक्टर जनरल' असं करण्यात आलं आणि प्रा. बुखारी अशा रीतीनं आकाशवाणीचे पहिले डायरेक्टर जनरल झाले आणि आकाशवाणीने माहिती मंत्रालयाअंतर्गत आपल्या नव्या प्रसारण भावना संसदमार्ग इथून कारभार सुरू केला.

३ जून १९४७ रोजी व्हाईसरॉय लॉर्ड लुईस माऊंटबॅटन, पंडित जवाहरलाल नेहरू आणि महंमद अली जिना यांची देशाच्या फाळणीसंबंधीची भाषणं प्रसारित झाली. १४-१५ ऑगस्ट १९४७ रोजी प्रथम स्वातंत्र्यदिनाचं सत्ताहस्तांतरण सोहळ्याचं पं. जवाहरलाल नेहरूंचं ऐतिहासिक भाषण देशभरातल्या जनतेसाठी प्रत्यक्ष ऐकवण्यात आलं आणि भारतवासीयांनी ती ऐतिहासिक मध्यरात्र जागून एकच जल्लोष केला; परंतु फाळणीच्या काळात ऑल इंडिया रेडिओची जी एकंदर नऊ केंद्रे होती त्यापैकी दिल्ली, कोलकाता, मुंबई, मद्रास, लखनौ आणि लिची अशी सहा केंद्रं भारतात राहिली. लाहोर, पेशावर आणि ढाक्का अशी तीन पाकिस्तानात गेली. यानंतर जेव्हा इतर संस्थानंही भारताच्या राज्यामंध्ये समाविष्ट करण्यात आली तेव्हा म्हैसूर, त्रिवेंद्रम्, हैदराबाद, औरंगाबाद ही संस्थानिकांच्या आधिपत्याखाली असलेली केंद्रं ऑल इंडिया रेडिओत समाविष्ट करण्यात आली.

या दरम्यान प्रथम १९४१ ऑक्टोबर सूचना आणि प्रसारण विभाग, मग फेब्रुवारी १९४६ मध्ये सूचना आणि कला विभाग आणि पुन्हा सप्टेंबर १९४६ साली सूचना

आणि प्रसारण विभाग असा बदल होत अखेर १९४७च्या स्वातंत्र्यप्राप्तीनंतर पहिले गृहमंत्री सरदार वल्लभभाई पटेल यांच्या नेतृत्वाखाली गृहमंत्रालयाअंतर्गत सूचना आणि प्रसारण विभाग सुरू होता.

१२ नोव्हेंबर १९४७ रोजी महात्मा गांधीजींनी केलेला जनतेला उद्देशून एक संदेश आकाशवाणीने प्रसारित केला. जो आकाशवाणीच्या ध्वनिसंग्रहालयाचा एक महत्त्वपूर्ण ठेवा आहे.

स्वातंत्र्यप्राप्तीनंतर प्रसारणविषयक योजनांमध्ये नव्या सरकारनं उत्साह दाखवत एक आठवर्षी योजना तयार केलं आणि त्याप्रमाणे १९५० पर्यंत केंद्रांची संख्या वाढवण्याकडे विशेष लक्ष दिलं. १९४७ मध्ये प्रसारणाचे तास २६, ३४२ इतके होते ते १९५० मध्ये वाढवून ६०,००० तास करण्यात आले. आणखीन एका महत्त्वपूर्ण निर्णयानुसार राज्यांच्या राजधान्या आणि मुख्य शहर इथे केंद्र सुरू करण्याच्या हालचाली सुरू झाल्या. जम्मू, कटक, गुवाहाटी, नागपूर, विजयवाडा, श्रीनगर, अलाहाबाद, अहमदाबाद, जालंदर, धारवाड, कोझिकोड इथेही केंद्रे सुरू झाली.१९ जुलै १९४७ ला कार्यक्रम कर्मचारी प्रशिक्षण वर्गाची स्थापना करण्यात आली आणि १५ सप्टेंबर १९४७ रोजी समाचार सेवा विभाग आणि विदेश सेवा विभाग वेगळे करण्यात आले आणि १९४८ मध्ये विदेश सेवा विभागाचा स्वतंत्र कारभार सुरू करण्यात आला.

२६ जानेवारी १९५० रोजी भारत 'प्रजासत्ताक राष्ट्र' म्हणून घोषणा करण्यात आली आणि प्रसारण हा विषय राज्यघटनेच्या संघीय सूचीत समाविष्ट करण्यात आला. १९५१ साली पहिली पंचवार्षिक योजना तयार झाल्यावर प्रसारणविषयक आधीच तयार केलेली आठवर्षीय योजना त्यात सामावून घेण्यात आली. काही केंद्रं जशी सुरू करण्यात आली त्याचप्रमाणे ग्रामीण भागात ऐकणाऱ्या जनतेसाठी १४ हजार सामुदायिक रेडिओ सेट्सचा पुरवठा करण्यात आला.

२० जुलै १९५२ रोजी संगीताचा अखिल भारतीय कार्यक्रम सुरू करण्यात आला आणि त्याच वर्षी ऑक्टोबरमध्ये पंडित रविशंकर यांच्या मार्गदर्शनाखाली आकाशवाणीचा वाद्यवृन्द तयार करण्यात आला.

१५ एप्रिल १९५३ रोजी लखनौ इथून हिंदी आणि नागपूर इथून हिंदी आणि मराठी प्रादेशिक बातमीपत्रे सुरू झाली. भाषणांचा अखिल भारतीय कार्यक्रम सुरू झाला तो याच महिन्यात २६ तारखेला. २३ ऑक्टोबर १९५४ रोजी आकाशवाणी संगीत संम्मेलन प्रसारित झालं. ८ डिसेंबर १९५५ला रेडिओ न्यूजवरील कार्यक्रम सुरू झाला.

पहिल्या पंचवार्षिक योजनेच्या शेवटी भारतात एकूण २५ प्रसारण केंद्रे होती. देशाच्या ३१ टक्के भूभागातही ४६ टक्के जनता रेडिओ ऐकत होती. याच काळात प्रसारणाचे तास आणि रेडिओ परवाने यात झपाट्यानं वाढ करण्यात आली.

१९५६ ते १९६१ या एका दुसऱ्या पंचवार्षिक योजनेत ऑल इंडिया रेडिओचा कार्यक्रम आणि प्रसारण क्षेत्र या दोन्ही बाबतीत विकास झाला.

दरम्यान पहिले सूचना आणि प्रसारण मंत्री बी.व्ही. केसकर, ज्यांचं शास्त्रीय संगीतावर जास्त प्रेम होतं. चित्रपट संगीत प्रसारित करण्याबाबत ते नाखूष होते. बऱ्याच चित्रपटनिर्मात्या कंपन्यांनी आकाशवाणीशी असलेले करार रद्दही केले; पण एकीकडे रेडिओ सिलोन भारतात ऐकू येऊ लागला आणि बराचसा श्रोतृवर्ग हा रेडिओ सिलोनच्या चित्रपट संगीत आणि तत्सम कार्यक्रमांकडे आकर्षित झाला. ही परिस्थिती लक्षात घेऊन अखेर आकाशवाणीची 'विविधभारती' ही संगीत, चित्रपट संगीत आणि विविधरंगी कार्यक्रम सादर करणारी स्वतंत्र वाहिनी १९५७ साली सुरू करण्यात आली. मुंबई आणि मद्रास या केंद्रांवरून उच्च क्षमतेच्या लघुलहरी प्रक्षेपकावरून हे कार्यक्रम प्रसारित होऊ लागले. कालांतराने १९६० सालापर्यंत मध्यम लहरींवरसुद्धा ही सेवा उपलब्ध करून देण्यात आली. ह्या फक्त मनोरंजनासाठी सुरू करण्यात आलेल्या सेवेसाठी प्रत्येक केंद्राला संगीतविषयक कार्यक्रम, मनोरंजनाचे विविध कार्यक्रम तयार करून या वाहिनीच्या कार्यालयात पाठवावे लागत आणि त्याचा व्यवस्थित कार्यक्रम तयार विविध भारती केंद्रातून स्पूल टेपाच्या कॉपीज इतर केंद्रांना पाठवल्या जात असत. ही प्रथा, ही कामाची पद्धत अगदी आत्ता आत्तापर्यंत सुरू होती; पण आता मात्र उपग्रहाद्वारे प्रसारण पोहोचत असल्यामुळे आमूलाग्र बदल झाला आहे. विविध भारतीच्या आधुनिकीकरणाबद्दल पुढे उल्लेख होईलच.

१९५३ साली काही महत्त्वपूर्ण कार्यक्रमांमध्ये जानेवारीत प्रथम अखिल भारतीय कविसम्मेलन जुलैमध्ये नाटकांचा अखिल भारतीय कार्यक्रम, ऑगस्टमध्ये रूपकांचा अखिल भारतीय कार्यक्रम, डिसेंबरममध्ये विदेश सेवा विभागाच्या वतीनं तिबेटसाठी सेवा सुरू करण्यात आली. याच कालावधीत भोपाळ, चंदीगढ, राँची इथे केंद्रं सुरू झाली. तसंच अंदमान आणि निकोबार द्वीप समूहांसाठीही प्रसारणसेवा सुरू करण्यात आली. मे १९५७ मध्ये उत्तर-पूर्वेकडच्या राज्यातील लोकांसाठी २९ आदिवासी भाषांमधून गुवाहाटी इथून कार्यक्रमांना सुरुवात झाली. २६ मे १९५७ रोजी पहिला सुगम संगीत संमेलनाचा कार्यक्रम प्रसारित झाला.

१५ सप्टेंबर १९५९ रोजी एक ऐतिहासिक पाऊल उचलून आकाशवाणीनी दूरदर्शनचं प्रायोगिक तत्त्वावर प्रसारणासाठी राष्ट्रपतींच्या हस्ते उद्घाटन केलं आणि त्या दिवशी दूरदर्शनच्या शैक्षणिक कार्यक्रमांच्या प्रसारणाला प्रायोगिक सुरुवात झाली. दर मंगळवार आणि शुक्रवारी सायंकाळी एक-एक तासाचे दोन कार्यक्रम प्रसारित होत होते. या पहिल्यावहिल्या दूरदर्शन केंद्रासाठी फिलिप्स कंपनीनी तांत्रिक मदत सरकारला

देऊ केली होती. फिलिप्स कंपनीनी एका प्रदर्शनात क्लोज सर्किट टी.व्ही.चा प्रयोग केला होता म्हणून त्याचीच सुधारित यंत्रणा त्यांनी सरकारसाठी वापरली. सुरुवातीला २१ टी.व्ही. संच जवळपास खेड्यातून बसवण्यात आले आणि याशिवाय युनेस्कोच्या मदतीने जवळपास पन्नास टी.व्ही. सेट्स इतर काही खेड्यांतून बसवून तिथे सामुदायिक टेलि-क्लब्स स्थापन करण्यात आले. याच काळात फोर्ड फाउंडेशनने ऑल इंडिया रेडिओबरोबर करार करून शाळांमधून टी.व्ही.च्या माध्यमातून भौतिकशास्त्र, रसायनशास्त्र, हिंदी, इंग्रजी, भूगोल या विषयांवर उच्च माध्यमिक वर्गांमधून प्रत्येकी २० मिनिटांचे दोन पाठ दिवसातून दोन वेळा प्रसारित होत होते. हे पाठ तयार करण्यात आकाशवाणी आणि दिल्लीच्या शिक्षण विभागाची मदत घेण्यात आली.

३१ मार्च १९६० पर्यंत देशभरात ३५ आकाशवाणी क्रेंद्रं, ६५ संप्रेषण केंद्रं, ३३ स्टुडिओ आणि २८ सहक्षेपण केद्रं होती. ऑक्टोबर १९६० मध्ये विविधभारती सेवेने चौथ्या वर्षात पदार्पण केलं. शनिवार, रविवार आणि काही निवडक सणावारांच्या दिवशी दहा तास आणि आठवड्यातल्या इतर दिवशी ९ तास कार्यक्रम प्रसारित होत होते. मार्च १९६१ पर्यंत विविध राज्य सरकारांनी ग्रामीण भागात ऐकण्यासाठी ६५ हजार ६०० सामुदायिक रेडिओ सेट्स बसवले होते.

या आधी १९५९ देशभरात नभोवाणी शेतकरी मंडळ स्थापन करायला सुरुवात झाली होती. एका वर्षभरात अशी १३७९ नभोवाणी शेतकरी मंडळं स्थापन करण्यात आली. १३ एप्रिल १९६० रोजी नेपाळसाठी विदेश सेवा विभागांनी प्रसारण सुरू केलं. एकूण ९७ बातमीपत्रांपैकी ६४ देशभरासाठी आणि ३३ बातमीपत्र परदेशांसाठी प्रसारित होऊ लागली. संसद् अधिवेशनाच्या काळात खास संसद् समीक्षा कार्यक्रम सुरू करण्यात आला. १९६१ मध्ये ८ जून रोजी आकाशवाणीने आपल्या रौप्य महोत्सवीने एक विशेष टपाल तिकिट प्रकाशित करून साजरा केला आणि त्याचबरोबर आकाशवाणी आणि दूरदर्शनच्या पुढील विकासाच्या दृष्टीने काही योजनाही आखल्या. या काळात देशभरात ६० टक्के भूभागावर ७५ टक्के जनता हे कार्यक्रम ऐकू शकत होती. १९६५ मध्ये नोव्हेंबर महिन्यात आकाशवाणीत शेती आणि गृह विभागाची वेगळ्यानी स्थापना करण्यात आली. ज्यामुळे दूरदूरच्या खेड्यांमधल्या शेतकरी वर्गासाठी कार्यक्रम तयार करणं सुकर झालं.

१ एप्रिल १९६६ रोजी 'जनरल ओव्हरसीज सर्व्हिस' या नावानं सुरू असलेल्या विविध इंग्रजी कार्यक्रमांचं प्रसारण एकत्र करून दररोज ९ तास इंग्रजी कार्यक्रमाचं खास विदेशांसाठी प्रसारण सुरू झालं. याच वर्षी मे महिन्यात अशाच प्रकारे उर्दू भाषेतल्या कार्यक्रमाचं एकत्रीकरण करून 'उर्दू सर्व्हिस' विभाग सुरू करण्यात आला.

नोव्हेंबर १९६६ पर्यंत आकाशवाणीला आपला वाढता पसारा आणि भविष्यातील

योजना यासाठी एक कायमस्वरूपी निधी आणि एक स्वतंत्र कार्यप्रणाली असावी अशी गरज भासू लागली आणि तसा प्रस्ताव सरकारकडे पाठवण्यात आला. आकाशवाणी आणि दूरदर्शनसाठी वेगवेगळे विभाग करण्यासाठी केलेली मागणी सरकारने फेटाळली; पण जाहिरात प्रसारण सेवा सुरू करण्याची परवानगी देण्यात आली. १ नोव्हेंबर १९६७ला ही जाहिरात प्रसारण सेवा सुरू झाली. ज्यात १९६८ साली कोलकाता केंद्राचाही समावेश करण्यात आला, तर १९६९ साली हीच सेवा दिल्ली, मद्रास, तिरुचिरापल्ली इथेही सुरू करण्यात आली.

२२ सप्टेंबर १९६९ रोजी इतिहासात प्रथमच विदेश सेवा प्रसारण मध्यम लहरींवर सुरू करण्यासाठी एक उच्च मध्यम लहरी प्रक्षेपण बसवण्यात आला. आकाशवाणी ज्या मार्गदर्शक तत्त्वांशी एकनिष्ठ राहून रोजचं प्रसारण करते, ती नौसुत्री मार्गदर्शक तत्त्वं (AIR code) अस्तित्वात आली. १९६९ मध्ये प्रसारित होणाऱ्या कार्यक्रमांमधून या काही बाबींना/विषयांना परवानगी नाकारण्यात येते.

(१) मित्र देशांची आलोचना (टीका)

(२) धर्म किंवा संप्रदाय यांच्या भावना दुखावणं.

(३) अश्लील किंवा अपमानजनक उल्लेख.

(४) हिंसा वाढेल किंवा कायदा सुव्यवस्था बिघडेल अशी वक्तव्य.

(५) असा कोणताही उल्लेख ज्यामुळे न्यायालयाचा अवमान होईल.

(६) राष्ट्रपती, सरकार, न्यायालय यांच्या प्रामाणिकपणावर टीका किंवा अविश्वास.

(७) कोणत्याही राजकीय पक्षाचं नाव घेऊन त्यावर ताशेरे ओढणं.

(८) केंद्र किंवा राज्याची द्वेषपूर्ण आलोचना (टीका) आणि

(९) असा कोणताही उल्लेख ज्यामुळे राज्यघटनेचा अवमान होईल, अविश्वास व्यक्त केला जाईल.

या प्रकारची मार्गदर्शक तत्त्वं आचरणात आणून आकाशवाणी आणि दूरदर्शननी, देशातील सलोखा, बंधुभाव, अखंडता, कायदा, सुव्यवस्था अबाधित ठेवण्यात जबाबदारीची आणि महत्त्वाची भूमिका पार पाडली आहे. याच काळात समुद्रसपाटीपासून सर्वांत उंच असणारी लेह आणि तवाँग इथली दोन केंद्र उभारण्यात आली. याचबरोबर १९७१ मध्ये आकाशवाणीनी स्वत:चा सिव्हिल निर्माण विभाग तयार केला.

१९७२ मध्ये विविधभारती सेवा दिल्लीतून मुंबईमध्ये स्थलांतरित करण्यात आली. चौथ्या पंचवार्षिक योजनेत प्रसारण सेवेवर एकूण २७ कोटी रुपये खर्च झाला. ज्यापैकी ११ कोटी रुपये दूरदर्शनच्या प्रसारासाठी खर्च करण्यात आले. १ ऑगस्ट १९७१

पासून विविधभारती सेवेत संशोधन करून ती अधिक लोकाभिमुख करून त्याला स्थानिक बाज आणण्याचा प्रयत्न केला गेला. तसंच प्रसारणाच्या १०% वेळ हा प्रायोजकांसाठी राखून ठेवण्यात आला.

१९६९ साली दिल्लीमध्ये युवकांसाठी 'युववाणी वाहिनी' सुरू करण्यात आली होती. त्याचच व्यापक स्वरूप निर्माण करून १९७३ मध्ये 'युववाणी' नावाचा कार्यक्रम एकाच नावाने आणि एकाच संकेतमधून वापरून सुरू करण्यात आला. ज्यामुळे युवा संगीतकार, गायक, इतर कलाकार यांना संधी मिळाली.

१९७६ हे वर्षं आकाशवाणी आणि दूरदर्शनच्या प्रवासात एक महत्त्वाचं वर्ष ठरलं. १ जानेवारीपासून दूरदर्शनची जाहिरात प्रसारण सेवा सुरू झालीच, शिवाय १ एप्रिलपासून आकाशवाणी आणि दूरदर्शन यांची दोन स्वतंत्र महानिदेशालयं तयार करण्यात आली. आणि याचमुळे दोनही विभागांचा नियोजनबद्ध विकास सुरू झाला. १९६६ साली आकाशवाणीकडून मांडण्यात आलेल्या वेगळ्या प्रसारण नियमाची गरज सरकारला १९८९ मध्ये जाणवली आणि २६ डिसेंबर १९८९ साली तेव्हाचे प्रसारणमंत्री पी. उपेंद्र यांनी 'प्रसारभारती'ची संकल्पना आणि गरज संसदेसमोर मांडली. आकाशवाणी आणि दूरदर्शन या दोन्ही सेवा निष्पक्ष, उद्दिष्टपूर्ण आणि सृजनात्मक रीतीनी कार्य करू शकतील यासाठी ही स्वायत्तता असल्याची गरज त्यांनी सांगितली आणि प्रसारभारतीची कार्यप्रणाली कशी असेल याचंही सविस्तर विवेचन त्यांनी संसदेला सादर केलं. १९९० साली प्रसारभारती विधेयकाला मंजुरी मिळाली खरी; पण ती प्रत्यक्षात अमलात आली. १९९७ साली २३ नोव्हेंबर रोजी २१व्या शतकाच्या उंबरठ्यावर भारतात संगणक क्रांती झाली आणि अर्थातच सर्व क्षेत्रांप्रमाणेच प्रसारणातही गुणात्मक बदल करण्यासाठी इलेक्ट्रॉनिक आणि डिजिटल उपकरणांची मदत घेण्याच्या योजना आखल्या गेल्या.

आकाशवाणीच्या स्टुडिओत तयार होणाऱ्या कार्यक्रमांपासून ते श्रोत्यांपर्यंत घराघरांत पोहोचणाऱ्या ध्वनिलहरींपर्यंत दरम्यान येणाऱ्या सर्व आवश्यक यंत्रणा डिजिटल करण्यात आल्या. अजूनही ही प्रक्रिया सुरूच आहे.

ध्वनिमुद्रणासाठी आवश्यक ध्वनिवर्धक संगणकाच्या माध्यमातून ध्वनिमुद्रण, प्रोसेसिंग, प्रसारणासाठी अपलिकींग, डाउन लिंकिंग, कार्यक्रमाचं संग्रहालय, ध्वनिमुद्रित भावगीत, भक्तिगीत, चित्रपटगीत, नाट्यगीत यांचं सी.डी.च्या माध्यमातून प्रसारण अशा अनेक डिजिटल कार्यप्रणालींच्याद्वारे गुणवत्तापूर्ण पद्धतीनी करण्याची यंत्रणा कार्यान्वित करण्यात आली आहे.

या काही विकासाच्या महत्त्वपूर्ण निर्णयांमुळे जम्मू-काश्मीर आणि सीमावर्ती भागात तसंच पूर्वोत्तर राज्यांमध्ये याशिवाय जालंदर, रायपूर, रांची, गुवाहाटी, ईटानगर, शिलाँग, लखनऊ, श्रीनगर, जयपूर, शिमला, पुणे आणि कटक डिजिटल प्रसारण

तसंच आकाशवाणीची डायरेक्ट-टू-होम सेवा करण्यात आली. ही सेवा पूर्ण तयारीनिशी खऱ्या अर्थाने सुरू झाली ती १६ डिसेंबर २००४ रोजी.

१९९० ते २००० या दशकांत उपलब्ध असलेल्या म्हणजे टेलिफोन, उपग्रह, इंटरनेट या कार्यजालाच्या माध्यमातून फोन-इन-कार्यक्रम आकाशवाणीचे तसंच खासगी एफ.एम. चॅनेल्स इंटरनेटद्वारा 'ऑडिओ इन रियल टाइम' या सेवा सुरू झाल्या. या सुधारणांची गती आत्तापर्यंतच्या इतिहासात जास्त होती. कारण स्पष्ट होतं नवनवीन तंत्रज्ञान सर्वच क्षेत्रांत होत असलेलं आधुनिकीकरण आणि त्यामुळे वाढलेल्या अपेक्षा आणि स्पर्धा जवळजवळ ८ दशकांचा (१९२४-२००७) प्रवासात आकाशवाणीने आमूलाग्र बदल केले; पण 'बहुज हिताय बहुजनसुखाय' या ब्रिदाला साजेसेच कार्यक्रम प्रसारित केले आणि अजूनही करत आहे. आबालवृद्धांसाठी अनेकविध नावीन्यपूर्ण कार्यक्रम स्थानिक कलाकार, तत्त्वज्ञ, विद्वान, कार्यकर्ते यांच्या मदतीने आकाशवाणी सादर करत असते.

युवावाणी कार्यक्रम

खास युवकांसाठी युवावाणी सेवा दिल्ली केंद्रावर २२ जुलै १९६९ला सुरू झाली. ही सेवा आणि हा कार्यक्रम सुरू करण्यामागे १५ ते ३० या वयोगटातल्या तरुण-तरुणींसाठी संगीत, साहित्य आणि संस्कृती या क्षेत्रातले विविध कार्यक्रम प्रसारित करणे हा उद्देश होता. १९७३ साली सर्व देशभर एकच संकेतधून वाजवून हे कार्यक्रम प्रसारित होऊ लागले.

शैक्षणिक कार्यक्रम

आकाशवाणीवरून सामाजिक आणि शैक्षणिक कार्यक्रम प्रसारित व्हावेत हेच प्रयत्न प्रथमपासून करण्यात आले. ते १९३७ साली कोलकात्यात सुरू झाले आणि ते अजूनही सुरू आहेत. सर्व केंद्रांवरून हे कार्यक्रम प्रसारित होत असतात. यात NCERT, IGNOU यांचा सहभाग घेतला जातो.

लहान मुलांसाठी कार्यक्रम

यात ५ ते ७ वर्षांचा वयोगट आणि ७ ते १४ वर्षं हा वयोगट या दोन्ही गटांसाठी वेगवेगळे विषय हाताळले जातात. हे कार्यक्रम पाठ्यपुस्तकावर आधारित नसतील याचा कटाक्ष पाळला जातो. १४ नाव्हेंबर या बालदिनाच्या निमित्ताने दरवर्षी विविध कार्यक्रमांचं आयोजन केलं जातं.

संगीत कार्यक्रम

संपूर्ण आशिया खंडात आकाशवाणी आपल्या लोकसंगीत, शास्त्रीय संगीत, सुगम संगीत याविषयीच्या कार्यक्रमातून परंपरा आणि संस्कृती जोपासत आहे. अजूनही आकाशवाणीच्या कार्यक्रमात ४०% वाटा हा संगीत कार्यक्रमांचा आहे. दर शनिवार, रविवार अखिल भारतीय संगीत सभा आणि १९५४ पासून दरवर्षी आकाशवाणी संगीत संमेलनाच्या माध्यमातून आकाशवाणीनी अनेक कलाकारांची कला घराघरांत पोहोचवली आहे. सन २००४ हे या संगीत संमेलनाचं सुवर्ण महोत्सवी वर्ष होतं. यात हिंदुस्तानी आणि कर्नाटक शैली अशा दोन प्रकारात गायन-वादनाचे कार्यक्रम खास करून आयोजित केले जातात. ज्यात बव्हंशी कार्यक्रम निमंत्रित श्रोत्यांसमोर सादर केले जातात. आकाशवाणी संगीत स्पर्धा हा असाच एक अविभाज्य भाग आहे.

शेतीविषयक कार्यक्रम

शेतीप्रधान भारतात आकाशवाणीच्या प्रसारणात शेतकरी वर्गाचा आणि शेतीविषयक कार्यक्रमांचा प्रामुख्याने विचार केला जातो. या कार्यक्रमातून कृषीविषयक माहितीबरोबरच शेतकरी वर्गाचा जीवन स्तर उंचावण्यासाठीही त्यांना जागृत केलं जातं. दर दिवशी १ ते १।। तासापर्यंत शेतीविषयक कार्यक्रमांचा प्रसारण समावेश असतो. आता तर 'किसानवाणी' नावानं विशेषवाहिन्या सुरू करण्याची परवानगी सरकारनं दिली आहे. त्यानुसार सध्या २५च्या आसपास केंद्रं सुरू असल्याची माहिती उपलब्ध आहे.

पर्यावरणविषयक कार्यक्रम

केंद्रसरकारच्या पर्यावरणविषयक योजना, वनविकास, वन्यप्राणी, अभयारण्य यांच्याविषयी कार्यक्रम प्रसारित करून नागरिकांमध्ये या विषयांबद्दल जागरूकता निर्माण करणं हा उद्देश आहे. १९९१ साली सर्वोच्च न्यायालयानी दिलेल्या निर्देशांचं पालन करत याविषयी दैनिक कार्यक्रम प्रसारित करण्याचं आश्वासन आकाशवाणी पाळत आहे.

कुटुंबकल्याण विषयक कार्यक्रम

या कार्यक्रमांसाठी विशेष निर्माण केलेले विभाग याविषयीच्या कार्यक्रमांचं नियोजन करतो आणि भाषण, चर्चा, कथा,नाटक, रूपक, फोन-इन-कार्यक्रम अशा विविध प्रकारच्या कार्यक्रमांद्वारे कुटुंबनियोजन, गर्भवती महिलांची देखभाल, मुलांचं पालन-पोषण, महिला सबलीकरण, कुटुंबातील प्रत्येक घटकांचं आरोग्य याविषयी जागरूकता निर्माण केली जाते.

महिला कार्यक्रम

ग्रामीण आणि शहरी महिलांना केंद्रस्थानी ठेवून काही कार्यक्रम आखले जातात. ज्यात महिलांचं आरोग्य आणि परिवार कल्याण, परिवारासाठी सकस आहार, महिला उद्योजक, स्त्री-पुरुष समानता याविषयीच्या कार्यक्रमांचा अंतर्भाव असतो. महिलांची सामाजिक प्रतिष्ठा उंचावण्यासाठी आणि त्यांचा आत्मविश्वास वाढवण्यासाठी प्रयत्न केले जातात.

नाटक/नभोनाट्य

आकाशवाणीवर प्रसारित होणारं नभोनाट्य हे श्रोत्यांचं एक आकर्षण आहे. आजपर्यंत अनेक उत्तमोत्तम लेखकांची दर्जेदार नाटकं प्रसारित करून नभोनाट्याला एक विशिष्ट दर्जा प्राप्त करून देण्यात आकाशवाणीला यश आलं आहे. दरवर्षी अनेक केंद्रावरून नभोनाट्य प्रसारित करण्यासाठी जवळपास ४००० नाटकांच्या संहितांची आवश्यकता असते. दरवर्षी आकाशवाणी नाट्यलेखन स्पर्धेचं आयोजन केलं जातं. यातील पुरस्कारप्राप्त नाटकांचं अनेक भाषांमधून भाषांतर करून, नाटकांच्या अखिल भारतीय कार्यक्रमात ते सादरं केलं जातं.

क्रीडाविषयक कार्यक्रम

आपल्या कार्यक्रमात आकाशवाणी क्रीडाविषयक कार्यक्रमांना खूप महत्त्व देते. राष्ट्रीय आणि आंतरराष्ट्रीय क्रीडा स्पर्धांचं समालोचन, क्षणचित्रं यांचं प्रसारण सातत्यानी होत आहे. आज क्रिकेट खेळाला मिळालेलं नाव आणि पाठिंबा यात आकाशवाणी प्रत्यक्ष वर्णनाचा महत्त्वाचा वाटा आहे असं म्हटलं तर वावगं ठरणार नाही.

आकाशवाणी विभाग

१९३७ साली समाचार सेवा विभाग सुरू झाला. १९३९ ते १९४५ दरम्यान या विभागामार्फत महत्त्वपूर्ण सहयोग देण्यात आला. विदेश सेवा विभागाद्वारे परदेशस्थ श्रोत्यांसाठीही सुरू झाली. १९४८ मध्ये हा विभाग नंतर स्वतंत्रपणे काम करू लागला. या विभागाकडून सर्व भारतीय भाषांमधून चोवीस तास बातमीपत्र सुरू असतात. केंद्रीय समाचार विभाग आणि प्रत्येक राज्यात काही केंद्रांवर प्रादेशिक वृत्त विभाग वार्ता संकलन/संपादनाचं २४ तास काम करतात.

हा विभाग सध्या ५१ भाषांत दिवसभरात ३६० पेक्षा जास्त बातमीपत्र प्रसारित करतो. ४४ प्रादेशिक वृत्त विभागातही आपापल्या केंद्रांवर बातमीपत्र प्रसारित करतात.

विदेशसेवा विभाग दिवसात २६ भाषांत ६५ बातमीपत्र प्रसारित करतो. देशभरात या विभागाचं कार्यजाल विस्तृत क्षेत्रावर पसरवण्यात आलं आहे.

विविधभारती सेवा

संपूर्ण भारतात एकंदरं ४० केंद्रांमार्फत ९७% जनतेपर्यंत ही सेवा दिवसांतून १५ ते १७ तास कार्यक्रम प्रसारित करत असते. विविधभारती सेवा ज्या केंद्रामार्फत एकेवली जाते ती सर्व केंद्रे जाहिरात प्रसारण सेवा देणारी केंद्रं आहे. या सेवेचं मुख्यालय बोरीवली, मुंबई येथे आहे आणि तिथून उपग्रहाकडे सिग्नल्स पाठवले जातात आणि बाकी ते उपग्रहाद्वारे ग्रहण करतात. अशा पद्धतीने संपूर्ण डिजिटल झालेली ही अतिशय लोकप्रियसुद्धा आहे. या वाहिनीचे भुले-बिसरे गीत, हवामहल, जयमाला, छायागीत, सरगम के सितारे, बाईस्कोप की बाते, हॅलो फर्माईश हे कार्यक्रम विशेष लोकप्रिय आहेत. केंद्रीय प्रसारण सेवा (CBS) आणि केंद्रीय विक्रम एकांश (CSU) यांच्या समन्वयातून या वाहिनीवरील कार्यक्रम आणि जाहिराती यांच्यात ताळमेळ साधला जातो. ही सेवा देशभरात मध्यम लहरी आणि एफ. एम. लहरींद्वारे प्रसारित केली जाते.

महाराष्ट्रात आकाशवाणीची एकंदर २१ केंद्रे आहेत; तर खासगी ३३ एफ. एम. कंद्रे आहेत, अशी एकूण ५४ केंद्रं कार्यरत आहेत.

आकाशवाणी केंद्र, खासगी वाहिन्या आणि प्रसारणासंबधी तपशील पुढीलप्रमाणे -

(१) अहमदनगर

(FM) आकाशवाणी - 100.1 MHz (मेगॅहर्टझ)
(FM) रेडिओ सिटी - 91.1 MHz
(FM) रेडिओ धमाल - 106.4 MHz

(२) अकोला

(FM) आकाशवाणी - 102.4 MHz
(FM) रेडिओ सिटी - 91.1 MHz

(३) औरंगाबाद

(FM) आकाशवाणी - 1521 KHz (किलोबाईट्स)
101.7 MHz
(FM) रेड एफ. एम. - 93.5 MHz
(FM) ज्ञानवाणी - 104.8 MHz(कम्युनिटी रेडिओ)

(४) बारामती

(FM) वसुंधरा वाहिनी - 90.4 MHz (कम्युनिटी रेडिओ)

(५) बीड

(FM) आकाशवाणी - 102.9 MHz

(६) चंद्रपूर

(FM) आकाशवाणी - 103.0 MHz

(७) धुळे

(FM) आकाशवाणी - 100.5 MHz

(८) जळगाव

(MW) आकाशवाणी - 963 KHz
(FM) रेडिओ सिटी - 91.1 MHz

(९) कोल्हापूर

(FM) आकाशवाणी	-	102.7 MHz
(FM) रेडिओ टोमॅटो	-	94.3 MHz
(FM) रेडिओ मिर्ची	-	98.3 MHz

(१०) मुंबई

(MW) आकाशवाणी	-	558 KHz, 1044 KHz, 1188 KHz, 4840 KHz 7240 KHz
(FM) आकाशवाणी	-	100.7 MHz, 107.1 MHz
(FM) रेडिओ सिटी	-	91.1 MHz
(FM) बिग 92.7	-	92.7 MHz
(FM) रेड एफ. एम.	-	93.5 MHz
(FM) रेडिओ वन	-	94.3 MHz
(FM) विन 94.6	-	94.6 MHz
(FM) रेडिओ मिर्ची	-	98.3 MHz
(FM) फिवर 104 FM	-	104.0 MHz
(FM) रेडिओ	-	104.8 MHz
(FM) मस्त एफ. एम.	-	107.8 MHz
ज्ञानवाणी	-	105.6 MHz

(११) नागपूर

(MW) आकाशवाणी	-	585 KHz
(FM) आकाशवाणी	-	100.6 MHz
(FM) रेडिओ सिटी	-	1566 KHz
(FM) रेडिओ सिटी	-	91.1 MHz
(FM) रेड एफ. एम.	-	93.5 MHz
(FM) माय एफ. एम.	-	94.3 MHz
(FM) रेडिओ मिर्ची	-	98.3 MHz
(FM) ज्ञानवाणी	-	107.8 MHz

(१२) नांदेड

(FM) आकाशवाणी	–	101.1 MHz
(FM) रेडिओ सिटी	–	91.1 MHz

(१३) नाशिक

(FM) आकाशवाणी	–	101.4 MHz
(FM) एस. एफ. एम.	–	93.5 MHz
(FM) रेडिओ मिर्ची	–	98.3 MHz

(१४) उस्मानाबाद

(FM) आकाशवाणी	–	101.3 MHz

(१५) परभणी

(MW) आकाशवाणी	–	13.5 KHz

(१६) पुणे

(MW) आकाशवाणी	–	792 KHz
(FM) आकाशवाणी	–	101.0 MHz
(FM) रेडिओ	–	90.4 MHz
(FM) विद्यावाणी	–	90.8 MHz
(FM) रेडिओ सिटी	–	91.1 MHz
(FM) एस.एफ.एम.	–	93.5 MHz
(FM) रेडिओ वन	–	94.3 MHz
(FM) रेडिओ मिर्ची	–	98.3 MHz

(१७) रत्नागिरी

(MW) आकाशवाणी	–	1143 KHz

(१८) सांगली

(MW) आकाशवाणी	–	1251 KHz
(FM) रेडिओ सिटी	–	91.1 MHz

(१९) सातारा

    (FM) आकाशवाणी   –   103.1 MHz

(२०) सोलापूर

    (MW) आकाशवाणी   –   1602 KHz
    (FM) रेडिओ सिटी   –   91.1 MHz
    (FM) बिग   –   92.7 MHz

(२१) यवतमाळ

    (FM) आकाशवाणी   –   102.7 MHz

(२२) रत्नागिरी

    (MW) आकाशवाणी   –   1143 KHz

(२३) सांगली

    (MW) आकाशवाणी   –   1251 KHz
    (FM) रेडिओ सिटी   –   91.1 MHz

(२४) सातारा

    (FM) आकाशवाणी   –   103.1 MHz

(२५) सोलापूर

    (MW) आकाशवाणी   –   1602 KHz
    (FM) रेडिओ सिटी   –   91.1 MHz
    (FM) बिग   –   92.7 MHz

(२६) यवतमाळ

    (FM) आकाशवाणी   –   102.7 MHz

घटनाक्रम

ऑगस्ट १९२१	–	मुंबईत प्रायोगिक परीक्षण केलं गेलं.
नोव्हेंबरं १९२३	–	रेडिओ क्लब बंगालच्या मदतीने कोलकात्यात पहिला कार्यक्रम प्रसारित झाला.
१६ मे १९२४	–	मद्रास रेडिओ क्लबची स्थापना.
जून १९२४	–	रेडिओ क्लब मुंबईच्या मदतीने रेडिओ सेवा सुरू झाली. मद्रास, कराची आणि रंगून येथे केंद्र उघडली गेली.
१५ जुलै १९२७	–	मुंबईत इंडियन ब्रॉडकास्टिंग कंपनीचं उद्घाटन
२६ ऑगस्ट १९२७	–	कोलकाता केंद्रावरून प्रसारणास सुरुवात. इंडियन स्टेट ब्रॉडकास्टिंग सर्व्हिस असं नाव दिलं गेलं.
१९२८	–	लाहोर येथे लघुलहरी प्रक्षेपक उभारला गेला.
१९३०	–	इंडियन ब्रॉडकास्टिंग कंपनीची दिवाळखोरी घोषित.
१ एप्रिल १९३०	–	मुंबई आणि कोलकात्ता केंद्रावर सरकारी नियंत्रण.
ऑक्टोबर १९३१ ते मे १९३२	–	ही सेवा बंद होती.
५ मे १९३२	–	ही प्रसारण सेवा अखेर सरकारी नियंत्रणाखाली सुरू ठेवण्याचा निर्णय.
१ जानेवारी १९३४	–	इंडियन टेलिग्राफी अ‍ॅक्ट १९३३ अमलात आला.
फेब्रुवारी १९३४	–	मद्रास सरकारनी BBC च्या त.अ.च. बुलो यांना सेवेत घेतलं.
मार्च १९३५	–	प्रसारण सेवा उद्योग आणि श्रम विभागांतर्गत आणण्यात आली आणि कंट्रोलर ऑफ ब्रॉडकास्टिंग हे पद निर्माण करण्यात आलं.
३० ऑगस्ट १९३५	–	लिथोनल फिल्डन यांनी पहिले कंट्रोलर ऑफ ब्रॉडकास्टिंग म्हणून पदभार स्वीकारला.
१ जानेवारी १९३६	–	इंडियन स्टेट ब्रॉडकास्टिंग सर्व्हिसच्या नवी दिल्ली इथल्या केंद्राने प्रसारणास प्रारंभ केला. देशाच्या इतिहासात

		प्रथमच योजनाबद्ध प्रसारण सुरू झालं.
१९ जानेवारी १९३६	–	पहिलं बातमीपत्र प्रसारित झालं.
८ जून १९३६	–	इंडियन स्टेट ब्रॉडकास्टिंग सर्व्हिस हे नाव बदलून ऑल इंडिया रेडिओ हे नाव मिळालं.
१९३७	–	आकाशवाणी इन्स्टॉलेशन विभाग आणि समाचार सेवा प्रभाग यांची स्थापना.
१६ डिसेंबर १९३७	–	लाहोर केंद्राचं प्रसारण सुरू.
फेब्रुवारी १९३८	–	मुंबईत लघुलहरी प्रक्षेपक उभारण्यात आला.
२ एप्रिल १९३८	–	लखनौ आकाशवाणी केंद्राचं उद्घाटन.
नोव्हेंबर १९३८	–	मद्रास केंद्राच्या ग्रामीण कार्यक्रमांना सुरुवात. ठाणे जिल्ह्यात सामुदायिक रेडिओ सेंटरचं उद्घाटन.
१८ जानेवारी १९३९	–	दिल्ली आणि मुंबई केंद्रादरम्यान इंटरस्टेशन रिले सिस्टिम सुरू झाली.
१६ मे १९३९	–	त्रिचनापल्ली मध्यम लहरी केंद्राचं उद्घाटन.
सप्टेंबर १९३९	–	दिल्ली केंद्रातून विविध भाषांमधून बातमीपत्र प्रसारित होण्यास सुरुवात. दैनिक २७ बातमीपत्र प्रसारित होऊ लागली.
१ ऑक्टोबरं १९३९	–	अफगाणिस्तानसाठी पुश्तो भाषेत बातमीपत्र प्रसारित करून विदेश सेवा सुरू झाली.
१ मार्च १९४०	–	कार्यक्रमातून हार्मोनिअमची साथ आणि वादन यावर बंदी आली, जी १९७२ पर्यंत राहिली.
एप्रिल १९४०	–	सरकारनी सूचना आणि प्रसारण विभाग सुरू केला आणि आकाशवाणी या विभागांतर्गत काम करू लागली.
फेब्रुवारी १९४३	–	ऑल इंडिया रेडिओचं मुख्य कार्यालय ब्रॉडकास्टिंग हाऊस संसद मार्ग इथे स्थलांतरित.
ऑगस्ट १९४७	–	देशाच्या फाळणीनंतर दिल्ली, मद्रास, मुबई, तिरुचिरापल्ली, कोलकाता, लखनऊ ही भारतात राहिली तर ढाक्का, पेशावर आणि लाहोर ही केंद्रं पाकिस्तानात गेली.

१४-१५ ऑगस्ट १९४७	– संसदेच्या मध्यवर्ती कक्षातून स्वातंत्र्य प्रदान करण्याच्या समारंभाचं थेट प्रसारण. उपप्रधानमंत्री सरदार वल्लभभाई पटेल सूचनामंत्री झाले.
१२ नोव्हेंबर १९४७	– राष्ट्रपिता महात्मा गांधी यांचं दिल्ली केंद्रावर एकमात्र भाषण प्रसारित झालं.
१९४८	– केंद्रीय समाचार कक्षाचे समाचार सेवा प्रभाग आणि विदेश प्रसारण सेवा असे दोन भाग करण्यात आले.
२० जुलै १९५२	– संगीताचा अखिल भारतीय कार्यक्रम सुरू झाला.
ऑक्टोबर १९५२	– आकाशवाणीनी स्वत:चा वाद्यवृंद तयार केला.
३ एप्रिल १९५४	– ट्रान्स्क्रिप्शन सेवेचा प्रारंभ.
१४ ऑगस्ट १९५५	– सरदार पटेल स्मारक व्याख्यानमाला सुरू.
२५ जानेवारी १९५६	– प्रथम अखिल भारतीय सवर्ग भाषा कविसंमेलन झालं.
१९५६	– नाटकांचे अखिल भारतीय कार्यक्रम आणि रूपकांचे अखिल भारतीय कार्यक्रम सुरू झाले.
२६ मे १९५७	– प्रथम सुगम संगीत समारंभ.
१९५७	– विविधभारती सेवेला सुरुवात.
१५ डिसेंबर १९५९	– राष्ट्रपतींच्या हस्ते प्रायोगिक तत्त्वावर दूरदर्शनचं उद्‌घाटन.
१४ फेब्रुवारी १९६१	– संसदेच्या कामकाजाचं साप्ताहिक समालोचन सुरू.
२४ ऑक्टोबर १९६५	– विदेश सेवेद्वारा उर्दू सेवा सुरू झाली.
२८ नोव्हेंबर १९६५	– महानिदेशालयात शेती आणि गृह विभाग स्वतंत्रपणे सुरू झाला.
१९६७	– कुटुंबकल्याण विभाग सुरू.
१ नोव्हेंबर १९६७	– आकाशवाणीची जाहिरात प्रसारण सेवा सुरू.
२२ जुलै १९६९	– दिल्ली केंद्राद्वारे स्वतंत्र 'युवावाणी' वाहिनी सुरू.
१९६९	– आकाशवाणी/दूरदर्शनसाठी नौसुत्री आचारसंहिता (AIR CODE) लागू.
नोव्हेंबर १९७२	– हार्मोनिअम वादनावर असलेला निर्बंध उठवला.
१९ नोव्हेंबर १९७२	– दैनिक क्रीडा सेवा सुरू झाली.

३० जून १९७४	-	संस्कृत भाषेत बातमीपत्र सुरू.
१ एप्रिल १९७६	-	आकाशवाणी आणि दूरदर्शन स्वतंत्र विभाग करण्यात आले.
१९७७	-	आकाशवाणीवरून राजकीय पक्षाचं निवडणूक प्रसारण सुरू.
२५ ऑगस्ट १९८०	-	रेडिओचं परवाना शुल्क रद्द करण्यात आलं.
२८ मे १९८४	-	खाडी क्षेत्रासाठी विदेश सेवा सुरू.
१५ ऑगस्ट १९८५	-	प्रत्येक तासाला बातमीपत्राची सुरुवात.
१९९०	-	भारतीय प्रसारण निगम (प्रसार भारती) करता संसदेची मंजुरी.
१९ जानेवारी १९९३	-	दिल्ली केंद्रावरून प्रथम फोन-इन-कार्यक्रम प्रसारित.
१९९३	-	एफ.एम. सेवा नियमितपणे सुरू झाली.
१ फेब्रुवारी १९९६	-	नव्या प्रसारण भवनाच्या वास्तूचा शिलान्यास समारंभ
१३ जानेवारी १९९७	-	इंटरनेटवर ऑडिओ इन रियल टाईम सेवा सुरू.
२३ नोव्हेंबर १९९७	-	प्रसारभारती कायदा अमलात आला.
१९९८	-	एफ.एम. - १-२४ तास सुरू.
१ सप्टेंबर २००१	-	भारतीय उपखंड आणि दक्षिण पूर्व आशिया यासाठी आकाशवाणीची 'डिजिटर सॅटेलाइट होम सर्व्हिसचा प्रारंभ.
६ एप्रिल २००३	-	दिल्ली ए - इंद्रप्रस्थ, दिल्ली बी - राजधानी, एफ.एम.-१ ला एफ.एम. रेनबो आणि एफ.एम. २ ला एफ.एम. गोल्ड अशी नावं देण्यात आली.
२००४	-	इंटरॲक्टिव रेडिओ सेवा सुरू.
२ एप्रिल २००४	-	किसानराणी प्रसारण सेवा सुरू.
१६ डिसेंबर २००४	-	डी.टी.एच. सेवेचा प्रारंभ.

❐

आकाशवाणीचा अमूल्य सहभाग

देशपातळीवर आकाशवाणीने केलेल्या तांत्रिक स्वरूपाच्या प्रगतीच्या वर्णनाने आकाशवाणीचे देशपातळीवर असलेले योगदान संपत नाही; इतके मोलाचे कार्य आकाशवाणीने संपूर्ण देशात आणि त्याचबरोबर महाराष्ट्र आणि मराठीच्या प्रांगणात केले आहे.

अपवाद वगळता अगर अगदी शब्दश: अर्थ न घेता 'घर तेथे रेडिओ' ही परिस्थिती आपल्या महाराष्ट्रात निर्माण झाली याचे श्रेय तांत्रिक संशोधनाने रेडिओच्या किंमती कमी होत गेल्या, या कारणाला जसे देता येईल तसेच किंवा त्याहून अधिक दर्जेदार कार्यक्रमांची जी आखणी मराठी आकाशवाणीने केली त्यालाही देता येईल.

अन्य माध्यमे आणि आकाशवाणी यात काही नेमका फरक आहे. अन्य माध्यमांच्या दुबळ्या बाजू हे आकाशवाणीचे बलस्थान होते.

वृत्तपत्रांचा प्रारंभ महाराष्ट्रात १८४२ सालीच झाला असला तरी या माध्यमाच्या प्रसाराला आणि उपयोगितेला काही स्वाभाविक मर्यादा होत्या.

यासाठी पहिली गरज साक्षरता ही होती आणि साक्षरतेचे प्रमाण या देशात फारच कमी होते आणि या माध्यमाच्या निर्मिती आणि प्रसारणासाठी छापखान्यांपासून ते वाहनांपर्यंत ज्या साधनांची आणि दळणवळणाच्या साधनांची गरज होती त्याचे प्रमाण अतिशय तुरळक आणि खर्चिकही होते.

आकाशवाणीच्या कार्यक्रमांची निर्मिती ही शासकीय माध्यमातूनच होत असल्याने आणि १९५० ते ६० च्या आसपास खासगीकरणाचे वारे प्रसार आणि प्रचार माध्यमाच्या क्षेत्रांत वाहू लागलेले नसल्याने आकाशवाणी अगर रेडिओलहरी या तंत्रावर पूर्णत्वाने सरकारी मालकी होती. याचे काही फायदेही होते आणि त्यातला महत्त्वाचा

फायदा आकाशवाणीचे अर्थकारण हा होता. आणि हे माध्यम सरकारी असल्याने त्याची काळजी करण्याचे फारसे कारण सादरीकरण करणाऱ्यांना नव्हते.

साक्षरता अगर वांशिक, भौगोलिक परिस्थितीचा अडसरही आकाशवाणीच्या संचारासाठी गरजेचा नसल्याने जेथपर्यंत ध्वनिलहरी जातात तेथपर्यंत आकाशवाणी पोहोचत होती. थोडक्यात, बहिरेपणाचे व्यंग नसलेल्या कोणालाही, कोठेही हातात रेडिओसारखे तुलनेने सहज हाताळण्याजोगे आणि परवडणारे तांत्रिक साधन हाताशी असले की, शेताच्या बांधापासून लोकलच्या गच्च डब्यापर्यंत कोठेही आकाशवाणीचा वापर होऊ शकत होता, हेच आकाशवाणीचे बलस्थान होते आणि आहे.

त्यामुळे लिहिता-वाचता न येणाऱ्यालाही आकाशवाणीचा वापर करता येत होता. आणि मराठी कळत असेल आणि ऐकू येत असेल तर त्यातील करमणुकीच्या कार्यक्रमातून करमणूक करून घेता येत होती आणि ज्ञानवर्धक कार्यक्रमांनी आधुनिक जगाशी ओळख करून घेता येत होती. हेच आकाशवाणीचे शक्तीस्थान होते आणि आहे; यामुळेच आकाशवाणीचा वावर सार्वत्रिक होत गेला.

बातम्या, गाणी, महिला अगर विशिष्ट वर्गाला वाहिलेल्या कार्यक्रमाच्या निर्मितीने आकाशवाणी सर्वव्यापी झाली होती.

आकाशवाणीच्या कार्यक्रमांचे स्वरूपही असेच सर्वव्यापी आहे. बातम्या, नाटक, चर्चा, मुलाखती, काव्यवाचन, कथाकथन, गाणी, शास्त्रीय संगीत, वादन, लोकसंगीत, कीर्तन, धावते समालोचन लहान मुले, महिला आणि वृद्धांसाठीचे स्वतंत्र कार्यक्रम असे सारे आकाशवाणीचे बहुआयामी स्वरूप आहे.

आकाशवाणीचे प्रसारणही महाराष्ट्रात जवळपास १०० टक्के भागांपर्यंत होत आहे आणि त्याहून लोकप्रिय होण्यासाठी काही खास वेगळे कार्यक्रम अगर मार्ग चोखाळण्याची अगर आज अन्य माध्यमातून प्रेक्षकांचा सहभाग वाढवण्यासाठी जो विदूषकी अगर बीभत्सतेचा आधार दूरचित्रवाणी अगर मुद्रित माध्यमांना घ्यावा लागतो, तो घेण्याची गरज आकाशवाणीला घ्यावी लागलेली नाही.

ज्याची बाजू लंगडी अगर कमी असते त्याला उच्चस्वराने बोलावे लागते, तसे बोलण्याची वेळ आकाशवाणीवर कधी आलेली नाही; म्हणूनच असेल कदाचित पण आकाशवाणी एका ठराविक पातळीवर कार्यक्रमांचा दर्जात्मक तोल सावरताना दिसत आहे.

आधुनिक तंत्रज्ञानाच्या वाढीबरोबर परस्परांतील संवाद कमी होत चालला आहे. हा संवाद समोरा-समोर आणून करणे शक्य नसले तरी आपल्या कार्यक्रमांतून ही उणीव भरून काढण्याचे काम आकाशवाणीने कसोशीने केले आहे.

महाराष्ट्रातील चित्रकला आणि रंगमंचीय कला वगळता सर्व कलांना उत्तेजन देण्याचे काम आकाशवाणीने कसोशीने केले आहे. आकाशवाणीवर सकाळी वाजवली जाणारी प्रारंभिक धूनही वर्षानुवर्षे आकाशवाणीची ओळख सांगत आहे.

आकाशवाणीच्या मराठी कार्यक्रमांचा प्रारंभ १९३० च्या आसपास झाला असला तरी प्रारंभिक काळात हे माध्यम मुंबई शहरापुरतेच मर्यादित होते. बा. सी. मर्ढेकरांसारख्या मराठी साहित्याच्या प्रांगणात नावाजलेल्या कविश्रेष्ठांनी प्रारंभिक काळात मराठी कार्यक्रमाचे संचालन केले. गजानन वाटवेंसारख्या एका विशिष्ट काळात मराठी माणसावर मोहिनी घालणाऱ्या गायकांचा मराठी रसिकांशी परिचय करून देण्यासाठी मोठी कामगिरी आकाशवाणीने त्या काळात बजावली आहे. याबरोबरच हिराबाई बडोदेकर, बेगम अख्तर, ज्योत्स्ना भोळे यांसारख्या नामवंतांनाही आकाशवाणीने लोकप्रिय बनवले.

आकाशवाणीच्या लोकप्रियतेत आकाशवाणीवर काम करणाऱ्या अनेक कल्पक दिग्गजांचा सहभाग नाकारता येणार नाही. आकाशवाणी सुवर्णयुगात दूरदर्शनचा प्रारंभ होण्याच्या आधी मराठी भाषेतील बहुतेक सारे प्रसिद्ध साहित्यिक, कवी, अभिनेते, गायक, विचारवंत व विविध विषयांतील तज्ज्ञ आकाशवाणीच्या संपर्कात आले. उल्लेख करावयाचा झाल्यास पु. ल. देशपांडे, मंगेश पाडगांवकर, शांता शेळके, रवींद्र पिंगे, जयंत नारळीकर, बाबासाहेब पुरंदरे हे होत. व्यंकटेश माडगूळकर, ज्योत्स्ना देवधर आदि मान्यवर आकाशवाणी सेवेत होते.

देशात आलेल्या कृषिक्रांतीत आकाशवाणीचा मोठा वाटा होता, ही गोष्ट निर्विवाद आहे. दूरदर्शनवर भविष्यात लोकप्रिय झालेल्या 'आमची माती आमची माणसं' या कार्यक्रमाची पायाभरणी नभोवाणी शेतकरी मंडळातून झाली. या कार्यक्रमाचे संचालन ग्रामीण महाराष्ट्राची भक्कम पार्श्वभूमी असलेला मराठीतील नामवंत साहित्यिक व्यंकटेश माडगूळकर करत होते. दूरदर्शन व साक्षरता या दोन्हीचा अभाव असलेल्या कालावधीत म्हणजेच १९४७ ते १९७९ च्या कालावधीत नभोवाणी शेतकरी मंडळाने शेतकऱ्यांना आधुनिक शेती तंत्रज्ञानाशी परिचित केले. आकाशवाणी हे जनतेच्या फक्त करमणुकीचे साधन नाही आणि याचा फायदा सामान्यांना त्यांच्या दैनंदिन जीवनात होऊ शकतो, याची प्रचिती नभोवाणी शेतकरी मंडळाने आणली. हरितक्रांतीपासून धवल क्रांतीपर्यंत साऱ्या शेतीविषयक सरकारी कार्यक्रमांच्या यशात आकाशवाणीचा महत्त्वाचा वाटा आहे. आकाशवाणीने नव्या तंत्रज्ञानाशी शेतकऱ्यांचा परिचय करून दिल्याने शेती उत्पादनात वाढ झाली. ही गोष्ट नाकारता येणार नाही.

महिलांविषयक कार्यक्रमांसाठी वनिता मंडळ सारख्या कार्यक्रमांतून आकाशवाणीने महिलाविषयक जाणिवा विकसित करण्याचे काम केले. महाराष्ट्र राज्य स्थापनेच्या प्रारंभिक काळात देशाची सामाजिक स्थिती ही महिलांना फार स्वातंत्र्य देऊ नये अशी होती. किंबहुना 'चूल आणि मूल' हेच क्षेत्र महिलांचे आहे असे मानले जात होते; पण याचबरोबर शिक्षणाच्या वाढत्या प्रसारामुळे महिला नोकरी व व्यवसायाचे निमित्ताने बाहेर पडू लागल्या होत्या. एकूणच नव्या सामाजिक जडणघडणीचा हा संधिकाल होता. त्यामुळे एकीकडे परंपरेतील चांगले ते जपत दुसरीकडे आधुनिक जगाशी परिचय करून देण्याचे काम 'गृहिणी' आणि 'वनिता मंडळ' आपले माजघर यासारख्या कार्यक्रमांनी केले.

'कामगार सभे' सारख्या कार्यक्रमातून कामगारांना त्यांचे हक्क व त्यांच्या अनुषंगाने असणाऱ्या कायद्यांची ओळख करून देण्यात आली. त्याबरोबरच कामगारांचे हक्क व जबाबदारी यांची जाणीव व कामगारांमध्ये कलागुण प्रकट व्हावेत यासाठी आकाशवाणीचा वापर केला गेला. दरम्यानच्या काळात आकाशवाणीची केंद्रे महाराष्ट्रातील जवळपास सर्व जिल्ह्यांच्या ठिकाणी लघुलहरींच्या स्वरूपात उभारली गेली. त्यामुळे प्रत्येक जिल्ह्यातील स्थानिक तज्ज्ञांना आपले ज्ञान प्रकट करण्यासाठी आकाशवाणीचे माध्यम उपलब्ध झाले. गावागावातील विचारवंत, कलाकार, विविध विषयांतील तज्ज्ञ आणि सहकारी अधिकाऱ्यांना स्थानिक पातळीवरील प्रक्षेपणाचे साधन उपलब्ध झाल्याने जनसंवादाची मोठी उणीव दूर झाली.

या बरोबरीनेच कार्यक्रमाच्यामध्ये स्थानिक उत्पादनांना आणि विविध सेवा पुरविणाऱ्या व्यावसायिकांना आपल्या व्यवसायाची जाहिरात परवडेल अशा दरात करण्याची सुविधा निर्माण झाली. स्थानिक पातळीवरील उत्सव, याचबरोबर स्थानिक पातळीवर उद्भवणारी नैसर्गिक संकटे आणि आपत्ती यांचा सामना करण्यासाठी आवश्यक सूत्रसंचालन आकाशवाणीच्या जिल्हावार विकेंद्रीकरणामुळे सहज साध्य झाले.

सामान्य जनतेत युद्धकाळात राष्ट्रभक्तीची आणि निर्भयतेची ज्योत तेवती ठेवण्याचे काम आकाशवाणीने चोख बजावले. याचा प्रत्यय १९६२, १९६५ आणि १९७१ च्या युद्धप्रसंगी प्रकर्षाने आला. 'जिंकू किंवा मरू' अगर 'बर्फाचे तट पेटून उठले' यांसारखी वीरवृत्ती जागवणारी गाणी आकाशवाणीने या काळात सतत प्रसारीत करून शौर्याची ज्योत तेवत ठेवली.

शेतकरी, कामगार आणि महिला यांच्याबरोबर वृद्ध आणि नव्याने उमलणारी बालके यांचाही विसर आकाशवाणीला पडला नाही. त्यामुळे बालोद्यानसारख्या

रविवारी सकाळी सादर होणाऱ्या कार्यक्रमाने एक काळ लोकप्रियतेचे शिखर गाठले. गोपीनाथ तळवलकरांचे 'नाना' आणि सई परांजपेंची 'ताई' वर्षानुवर्षे श्रोत्यांच्या मनात घर करून राहिले. आरोग्यविषयक कार्यक्रमांतून आरोग्यविषयक जाणिवा विकसित करण्याचे काम आकाशवाणीने केले.

क्रीडाविषयक धावत्या समालोचनाने क्रीडाविषयक जाणिवा विकसित करण्याचे आणि खेळाडूंना उत्तेजन देण्याचे काम आकाशवाणीने केले. इंग्रजीपाठोपाठ मराठीतील धावत्या क्रीडासमालोचनाने लोकप्रियतेचा कळस गाठला. बाळ पंडितांसारख्या धावते वर्णन करणाऱ्या क्रीडासमालोचकाने क्रिकेट हा खेळ ग्रामीण भागापर्यंत लोकप्रिय केला.

मराठी भाषेचा सांस्कृतिक ठेवा जपण्याची कामगिरी हे आकाशवाणीचे अविस्मरणीय काम आहे. मराठीतील लोककलांना श्रोत्यांशी परिचित करण्याचे काम आकाशवाणीने बजावले. महाराष्ट्रात सर्वदूर विखुरलेल्या विविध संप्रदाय आणि जाती-जमातींच्या कलाप्रकारांना आकाशवाणीने स्वतंत्र कार्यक्रमातून नियमित वाव दिला. यामध्ये तमाशा, लावणी, गण, गवळण, धनगरगीते, गोंधळ आदि सर्व लोककलांचा समावेश होतो. यानिमित्ताने ग्रामीण भागातील अनेक छुप्या कलाकारांचा परिचय मराठी संस्कृतीला झाला. लोककला आणि कीर्तनाचे त्याचबरोबर लोकनाट्याचे स्वतंत्र कार्यक्रम नियमितपणे प्रसारीत झाले आणि मराठी संस्कृती व परंपरांची जपणूक कळत नकळत आकाशवाणीकडून झाली.

अनेक नामवंतांच्या मुलाखतींमुळे त्यांचा जीवनप्रवास आणि त्यांचे तत्त्वज्ञान यांचा परिचय श्रोत्यांना होऊ लागला. यामध्ये चित्रपट-नाट्य कलाकार, लेखक, शास्त्रज्ञ, विचारवंत, समाजचिंतक इत्यादि समाजातील सर्व क्षेत्रांतील नामवंतांचा समावेश होता.

रंगभूमीच्या पडत्या काळात मराठी रंगभूमीच्या समृद्ध परंपरेची जपणूक आकाशवाणीने केली. लोकप्रिय जुन्या-नव्या नाटकांचे प्रसारण, नामवंत कलाकारांच्या सहभागासह आकाशवाणीने दिमाखात केले. यात सौभद्र, एकच प्याला, बेबंदशाहीसारख्या जुन्या नाटकांपासून जब्बार पटेल, निळू फुले यासारख्या अलीकडच्या कलाकारांचा सहभाग असलेल्या ऐतिहासिक, सामाजिक, कौटुंबिक आणि विनोदी नाटकांचा समावेश होता. या बरोबरच फक्त श्राव्य स्वरूपातील छोटी कथानकेअसणाऱ्या नाटिकांचा प्रवेशही श्रुतिकांच्या स्वरूपात आकाशवाणीवर झाला आणि या श्रुतिका मनोभावे ऐकणारा प्रेक्षकवर्गही आपल्या दर्जामुळे आकाशवाणीने निर्माण केला. ग्रामीण ढंगाच्या कथानकांपासून गंभीर चिंतनात्मक एकांकिकांपर्यंत सर्व प्रकार श्रुतिकांच्या

माध्यमातून आकाशवाणीने हाताळले. या निमित्ताने अनेक कलाकारांचा परिचयही आकाशवाणीने समाजाला करून दिला.

आकाशवाणीचा वृत्तविभाग ही अतिशय समृद्ध आणि लोकप्रिय कार्यक्रमांची रचना होती. बातम्यांसाठी जनतेला त्या काळात वृत्तपत्र हे एकमेव माध्यम उपलब्ध होते. त्याचकाळात प्रादेशिक भाषांतील राष्ट्रीय आणि प्रादेशिक बातम्यांमधून ताज्या बातम्या लवकरात लवकर श्रोत्यांपर्यंत नेऊन पोहोचवण्याचे काम आकाशवाणीने केले. त्यामुळे अनेक नैसर्गिक आपत्ती, युद्धे आणि मानवनिर्मित संकटातील नेमकी वस्तुस्थिती या दोन्हींचा आग्रह या बातम्यांमधून कसोशीने धरला गेल्याने या बातम्यांची विश्वासार्हता अधोरेखित झाली. 'छापून येते ते खरे' या विधानावरील सर्वसामान्यांचा विश्वास डळमळीत होत असताना आपली विश्वासार्हता आकाशवाणीने कायम राखली आणि ही लोकप्रियता मिळवत असताना सवंग वृत्तकथनाचा मार्ग आकाशवाणीने कधीही अनुसरला नाही.

बातम्यांबरोबरच आपले निवडून दिलेले लोकप्रतिनिधी लोकसभा, राज्यसभा, विधानसभा व विधानपरिषद येथे नमेके काय काम करतात व कोणत्या समस्या व विचार सभागृहापुढे ठेवतात याचा परिचय संसद समाचार व विधानसभा समालोचन या कार्यक्रमांतून श्रोत्यांना होत राहिला. याचा उपयोग प्रतिनिधींवर काही प्रमाणात माध्यमांचा वचक बसण्यात झाला, असे मानावे लागेल.

संगीतक्षेत्रातील मराठी आकाशवाणीने बजावलेली कामगिरी तर अतुलनीय आहे. मराठीतील नव्या-जुन्या जवळपास सर्व कलाकारांचा रसिकांशी परिचय करून देण्याचे काम आकाशवाणीने चोख बजावले. शास्त्रीय संगीत गाणाऱ्यांबरोबरच भावगीते व चित्रपट गीते गाणाऱ्या कलाकारांना समाजापुढे लोकप्रिय करण्याचे काम पार पाडले.

गजानन वाटवे, ज्योत्स्ना भोळे, सुधीर फडके, अरुण दाते, सुधा मल्होत्रा, सुमन कल्याणपूर यांसारख्या अनेक कलाकारांचा परिचय आकाशवाणीमुळे मोठ्या प्रमाणावर रसिकांना झाला. नव्याजुन्या नाटक व चित्रपटातील गाण्यांचे वारंवार प्रक्षेपण करून हे चित्रपट व नाटकांची लोकप्रियता वाढविण्याचे व मराठी प्रेक्षकांना चित्रपट व नाट्यगृहांकडे खेचून घेण्याचे काम आकाशवाणीने केले. 'आपली आवड' सारख्या फक्त चित्रपट व भावगीतांना वाहिलेल्या कार्यक्रमाने संगीतविषयक सामाजिक जाणीव विकसित करण्याची मोठी कामगिरी बजावली. सकाळच्या वेळेचे भक्तिसंगीत, मराठी बातम्यांनंतरचा नाट्यसंगीताचा कार्यक्रम यांनी लोकांत हलके आणि शास्त्रीय संगीतावर आधारित संगीत लोकप्रिय केलेच त्याबरोबर मराठीतील या अमूल्य ठेव्याचा परिचय श्रोत्यांना करून दिला. त्यामुळेच आजच्या चित्रपट व नाटकांच्या मराठी मनावर

असलेल्या प्रभावाचे मोठे श्रेय आकाशवाणीला द्यावे लागेल.

आकाशवाणीच्या संगीतसेवेत फक्त भावगीते, नाट्यगीते व चित्रपटगीते यांचाच समावेश नव्हता तर समाजात मोठ्या प्रमाणावर लोकप्रिय नसलेल्या पण तरीही भारतीय संस्कृतीचा समृद्ध वारसा असणाऱ्या शास्त्रीय संगीताचाही प्रचार व प्रसार आकाशवाणीने जाणीवपूर्वक केला. नामवंत गायक व वादकांच्या शास्त्रीय संगीत व वादनांच्या नियमित मैफिली आकाशवाणीने घडवून आणल्या व हे संगीतप्रकारही लोकप्रिय केले. आकाशवाणीवर कार्यक्रम सादर केलेल्या कलाकारांची नुसती यादी पाहिली तरी ही परंपरा किती समृद्ध होती हे लक्षात येते. पं. भारतरत्न भीमसेन जोशी, जितेंद्र अभिषेकी, उल्हास कशाळकर, हिराबाई बडोदेकर, बकुळ पंडित यांसारख्या अनेक नामवंतांचा या यादीत समावेश होतो. आकाशवाणीने मराठी भाषेतील नाट्य, साहित्य, संगीत, लोककला या आणि यांसारख्या अनेक क्षेत्रांत केलेल्या अजोड कामगिरीचे वर्णन करण्यास स्वतंत्र ग्रंथनिर्मिती करावी लागेल; पण तूर्तास मराठीचे सांस्कृतिक भावविश्व, सांस्कृतिक जाणिवा, रसिकता व आधुनिक ज्ञान यांचा विकास करण्याचे काम करताना आकाशवाणीचा वाटा सिंहाचा होता हे नाकारता येणार नाही. 'गीतरामायण' या मराठी मनावर पुढची काही शतकेअधिराज्य गाजविणाऱ्या अजोड कलाप्रकाराची निर्मिती आकाशवाणीच्या माध्यमामुळे झाली. ही आकाशवाणीने मराठी मनाला शतकानुशतके पुरेल अशी दिलेली देणगी आहे.

दूरदर्शनच्या वाढत्या प्रभावामुळे आकाशवाणीचे स्थान आज डळमळीत झाले आहे असे मानले जाते. श्राव्य माध्यमापेक्षा दृक्श्राव्य माध्यम हे आकर्षित करून घेणारे असले तरी त्याला स्थानाच्या आणि तांत्रिक मर्यादा आहेत.

एक तर आजही दूरदर्शन संचाच्या किमती सहज परवडणाऱ्या नाहीत आणि रेडिओ हे जसे कोठेही वागवता येणारे साधन आहे, तसे दूरदर्शन नाही या मर्यादा ध्यानात घ्याव्या लागतील.

आजही सकाळच्या वेळेत दूरदर्शनपेक्षा रेडिओचा वापर करणाऱ्यांचे प्रमाण जास्त आहे. चिंतन, भक्तिगीते, बातम्या, करमणूकप्रधान गीते अशा सहजपणे करमणूक साधणाऱ्या आणि ते सारे दैनंदिन काम करता करता होत असल्याने रेडिओ आणि आकाशवाणी आजही आपली लोकप्रियता टिकवून आहे.

दूरदर्शन आणि दूरचित्रवाणी

१९२६ मध्ये इंग्लंडमधील संशोधकाने लावलेला टेलिव्हिजनचा शोध अवघ्या ६० वर्षांत जगभरातील घराघरात जाऊन पोहोचेल अशी अपेक्षा खुद्द त्या संशोधकानेही केली नसेल; पण वस्तुस्थिती मात्र तशीच आहे..

आज दूरदर्शन हे जगातील प्रत्येक देशातील प्रत्येक नागरिकावर कळत-नकळत प्रभाव पाडणारे एक प्रभावी माध्यम बनले आहे. अर्थात, भारत आणि त्यातील महाराष्ट्रही त्याला अपवाद नाही. अन्य सारी माध्यमे देशात आणि महाराष्ट्रात स्वातंत्र्य मिळण्यापूर्वीच येऊन पोहोचली असली तरी दूरदर्शन हे माध्यम मात्र स्वातंत्र्यानंतरच या देशात आलेले माध्यम असल्याने त्याचे माध्यमाच्या इतिहासात स्वतंत्र स्थान आहे.

भारतातील दूरदर्शनचे आगमन तसे अपघातानेच घडले असे म्हणावे लागेल. १९५९ मध्ये दिल्लीत एका प्रदर्शनात इंग्लंडमधील फिलिप्स कंपनीने टेलिव्हिजनच्या 'क्लोज सर्किट युनिट'चे एक प्रदर्शन भरवले होते. दिल्लीतील या प्रदर्शनाला तत्कालीन पंतप्रधान पंडित जवाहरलाल नेहरूंसोबत काही केंद्रीय मंत्रीही गेले होते. त्यांच्या तेथील आगमनाचे चित्रण छोट्या पडद्यावर प्रत्यक्ष त्यांचे त्यांनाच दिसत असल्याने ही सर्व मंडळी आश्चर्यचकित झाली.

प्रदर्शन भरविणाऱ्या फिलिप्स कंपनीने ही सारी यंत्रणा परत इंग्लंडला घेऊन जाण्याचा खटाटोप करण्याऐवजी ही सारी क्लोज सर्किट यंत्रणा भारत सरकारला भेट म्हणून देऊन टाकली.

प्रारंभी या यंत्रणेचे नेमके काय करावे, याची कल्पना कोणालाच येत नव्हती. पण सामग्रीचा उपयोग तर केला पाहिजे या हेतूने या यंत्रणेच्या साहाय्याने काही शैक्षणिक कार्यक्रम करून ते प्रसारित करण्याची तयारी केली गेली.

यासाठी निर्माते म्हणून जबाबदारी मराठीतील विसाव्या शतकातील साहित्य आणि कला विश्वावर आपली ठळक नाममुद्रा उठविणाऱ्या पु. ल. देशपांडे यांच्यावर सोपविण्यात आली. त्याच्या सोबत विख्यात हिंदी साहित्यिक कमलेश्वर आणि प्रसिद्ध मराठी नाटककार आणि दिग्दर्शक पुरुषोत्तम दारव्हेकर हे नामवंत होते.

थोडक्यात, भारतात दूरदर्शनचा प्रारंभ करण्यात सिंहाचा वाटा मराठी माणसाचा होता; ही मराठी माणसाच्या दृष्टीने अतिशय अभिमानाची बाब आहे. अशा प्रकारे आज घरा–घरांत पाहोचलेल्या आणि राजकारणापासून ते स्वयंपाकघरापर्यंत आपला प्रभाव गाजविणाऱ्या लेकप्रिय दूरदर्शनचा प्रारंभ झाला.

या वेळचे दूरदर्शन अतिशय प्राथमिक स्वरूपातील होते आणि भारतातील दूरदर्शनचे प्राथमिक पण प्रायोगिक प्रसारण संसद मार्गावरून १५ सप्टेंबर १९५९ रोजी करण्यात आले. सुप्रसिद्ध गायक ओंकारनाथ ठाकूर यांच्या गायनाचा कार्यक्रम हा भारतीय दूरदर्शनवरून दाखविलेला पहिला कार्यक्रम.

पुढे युनेस्कोच्या साहाय्याने हे प्रसारण आठवड्यातून दोन वेळा सुरू झाले. यात प्रामुख्याने शैक्षणिक कार्यक्रमांचाच समावेश होता. असे १९६५ पर्यंत घडत राहिले.

१५ ऑगस्ट १९६५ पासून मात्र दिल्लीतून रोज नियमितपणे एक तासाचे कार्यक्रम दाखविण्यात येऊ लागले. १९६९ मधे हा कालावधी दोन तासांचा करण्यात आला. १९७० मधे हा कालावधी वाढवून तीन तासांचे कार्यक्रम सुरू झाले. प्रामुख्याने यात भागा–भागांनी हिंदी चित्रपट, बातम्या आणि चित्रपट गीते दाखवली जात. हे मर्यादित कार्यक्रमही अतिशय लोकप्रिय ठरू लागले. सामान्य जनतेत देशभरात या माध्यमाचे आकर्षण निर्माण झाले. परिणामी १९७२ पर्यंत फक्त दिल्लीपुरती मर्यादित असलेली दूरदर्शनची सेवा महाराष्ट्रातही सुरू झाली. याचा मुहूर्त होता गांधी जयंतीचा, म्हणजेच २ ऑक्टोबर १९७२ चा.

अन्य कोण्याही भाषेआधी दूरदर्शनचे प्रसारण मराठीतून सुरू झाले याचे कारण मुंबई ही दिल्लीइतकीच किंबहुना आंतरराष्ट्रीय स्तरावर दिल्लीहून अधिक महत्वाची नगरी होती.

१९७६ साली दूरदर्शन आकाशवाणीतून वेगळे काढण्यात येऊन दूरदर्शनचा स्वतंत्र कारभार स्वतंत्र मंत्रालयासह सुरू झाला. त्याचे कार्यालय होते दिल्लीतील मंडी हाऊस.

मराठीतील दूरदर्शनसाठी वरळीची निवड होऊन तेथे प्रक्षेपणासाठी मनोरा उभारण्यात आला, जो आजही कार्यरत आहे. प्रारंभी यांचे प्रक्षेपण क्षेत्र ५० किलो मीटरच्या परिघात होते.

१९७५ मध्ये पुण्यात सिंहगडावर मनोरा उभा करून, महाराष्ट्रात मुंबईबाहेर दूरदर्शनने पाऊल टाकले. या पाठोपाठ महाराष्ट्रात जागोजागी टॉवर उभारणीस सुरुवात झाली. १९८४ पर्यंत महाराष्ट्रातील बहुतांश भाग दूरदर्शनच्या प्रक्षेपणक्षेत्रात आला. १९८० नंतर देशात रंगीत दूरदर्शनचा प्रवेश झाला आणि या माध्यमाची लोकप्रियता अधिकच वाढली.

सर्वसामान्य मराठी प्रेक्षकांबरोबरच कामगार, शेतकरी, महिला विद्यार्थी अशा विविध स्तरांना उपयुक्त ठरतील अशा कार्यक्रमांची रचना या काळात होत असे. कामगार विश्व, आमची माती-आमची माणसे अश कार्यक्रमांतून नेमक्या समूहापर्यंत जाऊन पोहोचविण्यात दूरदर्शन यशस्वी ठरले. या बरोबरच मराठी नाटके, साहित्य, भक्तिपंथ, लोककला यांच्याशी निगडित कार्यक्रमांचे प्रसारण होऊ लागले आणि ते लोकप्रियही ठरले.

१९८२ मधील आशियाई क्रीडा स्पर्धातील आपल्या कामगिरीने दूरदर्शनने आपली उपयुक्तता सिद्ध केली. या निमित्ताने रंगीत दूरदर्शनने भारतात आणि महाराष्ट्रात प्रवेश केला.

१९८४ सालानंतर तांत्रिक क्षेत्रात झालेल्या संशोधनाने प्रत्यक्ष चित्रीकरणास सुरुवात झाली. त्यामुळे घडणाऱ्या घटना त्याच क्षणी प्रेक्षकांपर्यंत पोहोचवणे शक्य झाल्याने दूरदर्शन अधिक लोकप्रिय होऊ लागले. यामुळे क्रिकेट आदि खेळाचे सामने, यात्रा-जत्रा, जाहीर सभा यांचे प्रत्यक्ष चित्रण करणे शक्य होऊ लागले.

दूरदर्शन हे स्वायत्त असले तरी सरकारी प्रभावाखालील माध्यम आहे. त्यामुळे सरकारधार्जिणेपण काही प्रमाणात नाकारता येत नव्हते.

याच काळात दूरदर्शनला आर्थिक लाभ मिळवून देण्याच्या हेतूने जाहिरातदारांना दूरदर्शनमध्ये प्रवेश दिला गेला आणि दूरदर्शनमालिकांचे युग सुरू झाले. याबरोबरच प्रायोजित कार्यक्रमांनाही दूरदर्शनवर जागा मिळाली. राष्ट्रीय प्रसारणातील हमलोग, रामायण, महाभारत, करमचंद, चित्रपट, छायागीत आदि कार्यक्रमांनी अफाट लोकप्रियता मिळवली. जहिरातीच्या माध्यमातून व्यवसायवृद्धी करणारे दूरदर्शन हे प्रभावी माध्यम आहे हे ध्यानात आल्यावर प्रायोजित मालिकांचा दूरदर्शनवर सुळसुळाट झाला. जाहीरातीसाठी मालिकेतील निम्मा वेळ खर्च होऊ लागल्याने मालिका कंटाळवाण्या बनू लागल्या.

परंतु याच काळात दूरदर्शनवर अतिशय दर्जेदार मराठी व हिंदी कार्यक्रम राष्ट्रीय व प्रादेशिक स्तरावर दाखवले गेले. नावानिशी उल्लेख करायचा झाल्यास १९८४ सालचे हमलोग, ८७ सालातील बुनियाद, येजो है जिंदगी, नुक्कड, रामायण, महाभारत, भारत

एक खोज, स्वोअर्ड ऑफ टिपू सुलतान, फूल खिले है गुलशन गुलशन, चित्रहार, रंगोली, एकसे बढकर एक, करमचंद, व्योमकेश बक्षी, रिपोर्टर, किलेका रहस्य, तेहकिकात, मालगुडी डेज, तेनालीराम, त्रिष्णा, सर्कस, फौजी, तुफान रजनी, तलाश, देख भाई देख, स्वाभीमान, चाणक्य , चंद्रकांता जंगल बुक, सुरभी आदि मालिकांनी प्रेक्षकांना मोहित केले.

इथपर्यंत दूरदर्शनवर सरकारी अधिराज्य होते. १९९० सालच्या सुमारास दूरदर्शन प्रक्षेपणासाठी उपग्रहांचा वापर होऊ लागला. दूरदर्शनचे स्थलाचे बंधन नष्ट झाले. दूरदर्शन हे आकाशवाणीप्रमाणे सर्वव्यापी झाले. या उपग्रहक्रांतीमुळे या क्षेत्रात खाजगी वाहिन्यांनी प्रवेश करण्यास सुरुवात केली. १९९५ पर्यंत ५४ देशी-विदेशी वाहिन्यांना देशातून प्रसारण करण्यास अनुमती दिली गेली.

उपग्रहक्रांतीमुळे दूरदर्शन प्रसारणात 'वैश्विक क्रांती' घडून आली. ज्याचा परिणाम भारतावरही झाल्याखेरीज राहणार नव्हता. तो पर्यायाने महाराष्ट्रावरही झाला. दूरदर्शन या व्यवसायाकडे खाजगी भांडवलदारांचे लक्ष गेले. जगभरातून दूरदर्शनसाठी कार्यक्रम तयार करणाऱ्या कंपन्या सुरू झाल्या आणि जहिरातींचा व्यवसाय करत त्याचे प्रक्षेपण करणाऱ्या वाहिन्याही आकाराला आल्या.

मराठीपुरतेच बोलायचे ठरवले तर १९९९ मध्ये झी. टी.व्ही., २००१ मधे ई टी. व्ही., प्रभात, २००७ मध्ये स्टार माझा, मी मराठी, २००८ साली साम टीव्ही, आय.बी.एन. लोकमत, स्टार प्रवाह या वाहिन्या मराठी घरातील टी.व्ही. संच व्यापू लागल्या आणि दिवसाचे २४ तास या वाहिन्यांना प्रसारणासाठी अपुरे ठरू लागले.

याही स्थितीत दूरदर्शनने आपले वेगळपण जपले. देशाच्या सभ्यतेची आणि संस्कृतीच्या मर्यादा न आलांडण्याचे भान दूरदर्शनने आजवर जपले आहे. मराठी नाटकांना दूरदर्शनने प्रारंभापासून स्थान दिले. मराठीतील गाजलेली जवळपास सर्व नाटके दूरदर्शनने प्रसारित केली. यात जुन्या नाटकांबरोबरच नव्या नाटकांचाही समावेश होता. नावेच घ्यायची ठरवली तर रायगडाला जेव्हा जाग येते, गारंबीचा बापू, दुर्वांची जुडीसारख्या नाटकांचा करता येईल.

मराठी मनाचे भान राखणाऱ्या दूरदर्शनने फक्त शहरी सुखासीन प्रेक्षक समोर न ठेवता विविध जाती, धर्म आणि आणि प्रदेशात विखुरलेल्या मराठी माणसाला आवडतील आणि भावतील असे कार्यक्रम आणि बातम्या देण्याचा प्रघात ठेवला.

आजही वृत्तवाहिन्यांच्या सुळसुळाटात दूरदर्शनवरील बातम्यांनी राखलेली विश्वासार्हता ही दूरदर्शनच्या यशाचे गमक मानावी लागेल. दूरदर्शनवरील निवेदकांच्या रूपाने मराठी कलाप्रांतालाच नव्हे तर देशातील कलामंचाला अनेक अजोड कलाकार

पुरविले आहेत. उल्लेखच करायचा झाल्यास भक्ती बर्वे, स्मिता पाटील, स्मिता तळवलकर, प्रदीप भिडे, अनंत भावे आदींचा उल्लेख करता येईल.

बातम्या देताना त्याचा विविध समूहांवर काय परिणाम होईल, याचे भान सुरुवातीपासून आजवर दूरदर्शनने कसोशीने पाळले आहे. दूरदर्शनने आजवर अतिरंजित, भडक, सनसनाटी अफवासदृश बातम्या देण्याचे निग्रहाने टाळले आहे. वृत्तशास्त्रात न्यूज इज सेक्रेड हे मूल्य दूरदर्शनने कधीही नजरेआड केले नाही. म्हणूनच १९७२ पासून सुरू झालेला दूरदर्शनचा मराठी वृत्तविभाग आजही वृत्तवाहिन्यांच्या जंजाळात आपले स्थान टिकवून आहे.

दूरदर्शनने आपले काम फक्त करमणूक करणे येवढेच नसून समाजातील विविध घटकांचे प्रशिक्षण व प्रबोधन करणे हे ही आहे याची जाणीव दूरदर्शनने सतत ठेवली. त्यामुळे आमची माती – आमची माणसेसारख्या मालिकातून शेतीविषयक समस्यांची उत्तरे, हवामानाची स्थिती, नव्या कृषितंत्राचा परिचय, पूरक व्यवसायांची माहिती, याद्वारे शेतीचे आधुनिकीकरण आणि शेतकऱ्यांचे प्रबोधन याबाबत दूरदर्शनने उल्लेखनीय कामगिरी बजावली. शेतकऱ्यांबरोबर कामगार, महिला आणि अल्पउत्पन्न गटातील प्रेक्षक यांच्यासाठी जाणीवपूर्वक कार्यक्रम सादर कण्याचे धोरण दूरदर्शन कसोशीने बाळगले.

बातम्या देताना त्या पाहणाऱ्या विविध समूहांच्या मनावर त्याचा काय परिणाम होईल याचे भान सुरुवातीपासून दूरदर्शनने आजवर पाळले आणि अतिरंजित, भडक, सनसनाटी, अफवासदृश दृश्ये आणि बातम्या यांपासून दूरदर्शनचा वृत्तविभाग आज अखेर दूर राहिला. वृत्तशास्त्रातील 'न्यूज इज सेक्रेड' हे मूलभूत तत्त्व दूरदर्शनने कधीही नजरेआड केले नाही आणि म्हणूनच १९७२ पासून सुरू झालेला दूरदर्शनचा मराठी वृत्तविभागाला आजही वृत्तवाहिन्यांच्या क्षेत्रात आपले विश्वासार्ह स्थान टिकवण्यात यश आले आहे.

हे सारे करत असताना करमणुकीचे भान दूरदर्शनने सोडले नाही. प्रारंभापासूनच अनेक दर्जेदार मराठी कार्यक्रमांची निर्मिती दूरदर्शनने केली. गजरासारख्या विविध कलाविषयांना हाताळणारा करमणूक प्रधान कार्यक्रम, प्रतिमा आणि प्रतिभा सारख्या मराठीतील नामवंतांच्या विचारांची उकल करणारा कार्यक्रम याबरोबर प्रारंभिक काळातील श्वेतांबरासारख्या मालिकेपासून ते समाजातील सर्व थरांत वावरणाऱ्यांच्या कलागुणांना वाव देणाऱ्या स्पर्धात्मक कार्यक्रमापर्यंत अनेक प्रकार दूरदर्शनने यशस्वीपणे हाताळले.

नवे – जुने मराठी चित्रपट, छायागीत व चित्रगीत यांसारखे कार्यक्रम, आरोग्यासंबंधी तज्ज्ञांच्या मुलाखती असे अनेक विषय दूरदर्शनने हाताळले. ज्याच्याकडे

दूरदर्शनसंच आहे त्या प्रत्येकाला विनामूल्य कार्यक्रम पाहण्याची सुविधा दूरदर्शनने उपलब्ध केल्यामुळे महालापासून ते झोपडीपर्यंत व महानगरापासून ते खेड्यापर्यंत सर्वत्र पोहोचलेले दूरदर्शन हे एकमेव माध्यम आहे. हे नाकारता येणार नाही. प्रेक्षकांचा सर्वोच्च प्रतिसाद दूरदर्शनला मिळत असल्याने सरकारी असले तरी दूरदर्शन हे लोकप्रिय माध्यम आहे, ही अधोरेखित झालेली वास्तविकता आहे.

१९९० च्या उपग्रह क्रांतीनंतर जगभरातील सर्वच भाषांतून केबल वाहिन्यांची रेलचेल झाली. यात मराठीचाही अपवाद असणे शक्य नसल्याने त्यांनी मराठी मनावर आपला कब्जा मिळवला. संबंधित मराठी वाहिन्यांचा उल्लेख आधीच केला आहे. 'झी' सारखी वाहिनी 'झी मराठी', 'झी २४ तास', 'झी टॉकीज' या तीन वाहिन्यांच्या रूपात विविध प्रकारचे कार्यक्रम सादर करीत आहे. या वाहिन्यांचे काही कार्यक्रम लोकप्रियतेच्या शिखरावर जाऊन पोहोचले आहेत. 'सारेगमप', 'होम मिनिस्टर', 'हप्ताबंद' हे कार्यक्रम प्रेक्षकांचा प्रत्यक्ष सहभाग असणारे कार्यक्रम आहेत. याचबरोबर महिनोन्‌महिने लांबलचक मालिकांची गुऱ्हाळेही यावर चालू आहेत.

'नक्षत्रांचं देणं' सारख्या मराठी साहित्य आणि कलाक्षेत्रातील दिग्गजांच्या कामगिरीची ओळख करून देणारा कार्यक्रमही 'झी मराठी' ने करून मराठी सांस्कृतिक देणगी आहे.

'झी टॉकीज' नवे-जुने मराठी चित्रपट प्रदर्शित करून प्रेक्षकांची लोकप्रियता टिकवून आहे. मराठी वृत्तवाहिन्यांच्या स्पर्धेत 'झी २४ तास' ही वाहिनी आपले स्थान टिकवून आहे.

'झी' च्या पाठोपाठ 'ई मराठी' ने मराठी दूरदर्शन विश्वात पदार्पण केले. शेती विषयक कार्यक्रम करणारी पहिली वाहिनी म्हणून 'ई टी.व्ही.' चा उल्लेख करावा लागेल. 'ई मराठी' वरून दिल्या जाणाऱ्या बातम्या आपल्या दर्जा व विश्वासार्हता या दोन्ही गोष्टी टिकवून आहे. राजू परुळेकरसारख्या पत्रकाराकडून 'प्रवाह' च्या रूपाने मराठीतील विविध क्षेत्रांत काम करणाऱ्या लोकांचे विचार व काम यांची ओळख हा 'ई टी.व्ही.'चा उल्लेखनीय कार्यक्रम मानावा लागेल.

लांबलचक, रटाळ वाटतील अशा मालिकांचे दळण न दळता छोट्या मालिकांच्या माध्यमातून 'स्टार प्रवाह' ने मराठी मनाचा ताबा घेतला. 'राजा शिवछत्रपती' सारखी प्रदीर्घकाळ चालणारी दर्जेदार मालिका सोडल्यास 'स्टार प्रवाह'च्या मालिका छोट्या असल्या तरी गुणवान मानाव्या लागतील.

उपग्रह आणि दूरदर्शनचे संभाव्य आव्हान लक्षात घेऊन मराठी वृत्तपत्रसमूहांची नजरही या माध्यमांकडे वळून 'आयबीएन लोकमत' व 'साम मराठी' या दोन वाहिन्यांनी

टी.व्ही. संचावर आपले अस्तित्व दाखवण्यास सुरुवात केली. 'आय.बी.एन.' ही पूर्णपणे वृत्तवाहिनी आहे. श्री. निखिल वागळे यांची लोकप्रियता आज शिखरावर आहे. 'साम मराठी' ही मराठी वाहिनी आजची मध्यममार्गी व सर्वांत सुसंस्कृत वाहिनी मानावी लागेल. लोकप्रियतेच्या हट्टापायी आचरटपणा न करण्याचे धोरण या वाहिनीने सांभाळले आहे. शेतीविषयक आधुनिक ज्ञान शेतकऱ्यांपर्यंत त्यांच्या भाषेत पोहोचवण्याचा प्रयत्न साम मराठी करत आहे.

अन्य सर्व वाहिन्यांनी गृहीत धरलेला प्रेक्षकवर्ग हा सर्वसाधारणपणे उच्च मध्यमवर्गातील असल्यामुळे खानपानापासून फॅशनपर्यंत दाखवले जाणारे सर्वच कार्यक्रम हे थोडेसे न झेपणारे असतात. अशा स्थितीत साम मराठीने कनिष्ठ आणि मध्यमवर्ग हा आपला प्रेक्षक मानला असल्याने ग्रामीण आणि अर्धनागरी भागातही साम मराठी लोकप्रिय होऊ शकेल अशी शक्यता आहे.

शेतीविषयक कार्यक्रमांना आता सर्वच मराठी माध्यमांनी स्थान दिले आहे. या साऱ्यांखेरीज अधिकारी बंधूंची मी मराठी ही वाहिनीही मराठी कार्यक्रम सादर करत आहे. पण अन्य वाहिन्यांच्या बहुभाषिक लोकप्रियतेमुळे या वाहिनीला अद्याप म्हणावे तसे स्थान मिळालेले नाही.

टी.आर.पी. मिळवण्याच्या नादात सवंग लोकप्रियतेच्या मागेही धावण्याची मराठी वाहिन्यांची वृत्ती वाढत असल्याने टी.व्ही. हे कुटुंबात सर्वांनी एकावेळी बसून पाहावे असे माध्यम मानावे की नाही हा संभ्रम पडण्याची शक्यता आहे.

साम मराठीवर दाखवला जाणारा श्री. बालाजी तांबे यांचा आरोग्यविषयक कार्यक्रम, राजू परुळेकर यांचा प्रवाह, निखिल वागळे यांचा आजचा प्रश्न आदी कार्यक्रम समाजाच्या प्रत्यक्ष समस्यांना भिडणारे असल्याने माध्यमांची जबाबदारी पार पाडणारे आहेत.

सर्वसाधारण १९९५ सालापासून महाराष्ट्रभर केबल व्यावसायिकांचे जाळे निर्माण झाले. उपग्रहामार्फत प्रत्यक्ष घरापर्यंत कार्यक्रम पाहण्याचे तंत्रज्ञान सर्वसामान्य माणसाच्या खिशाला परवडणारे नसल्याचे एकच मोठी यंत्रणा उभारून तिच्यामार्फत केबलद्वारे जोडण्या देण्याच्या व्यवसायाने मूळ पकडले. आज ग्रामीण भागापासून महानगरापर्यंत सर्वत्र केबल व्यावसायिक हा या प्रक्षेपणातील महत्त्वाचा घटक बनला आहे.

सर्वसामान्य माणसाला परवडेल अशा वर्गणीत १०० च्या आसपास वाहिन्या पाहता येत असल्याने सामान्यांच्या दृष्टीने तो लोकप्रिय आहे.

जिल्हापत्रांबरोबरच स्थानिक वाहिन्याही महाराष्ट्रभर आपले हातपाय पसरत आहेत. यातील दर्जा या विषयावर बोलणे हे फारसे गरजेचे नसले तरी अशा वाहिन्यांचे

पेव सर्वत्र फुटले असून स्थानिक नेतृत्त्व आपल्या स्थानिक प्रभावासाठी या वाहिन्यांचा वापर करत असून अनावश्यक आणि अनुचित प्रसिद्धीही मिळवत आहेत.

राजकारणी आणि गुंड यांची या वाहिन्यांत सांगड जमली असून हेही आता स्वत:ला पत्रकार म्हणून घेऊ लागले आहेत ही चिंतेची बाब आहे.

काही वाहिन्यांवर अतिशय आक्षेपार्ह कार्यक्रमांचे प्रसारण या माध्यमातून करत आहे आणि भविष्यात या स्थानिक वाहिन्या सार्वजनिक शांतता, सभ्यता आणि शिष्टाचार यांच्या मुळावर उठण्याची शक्यता आहे.

असे असले तरी माहिती आणि संस्कृती या पातळ्यांवर ग्रामीण आणि शहरी भागातील फरक या मराठी वाहिन्यांनी मोठ्या प्रमाणावर कमी केला आहे.

दहा वर्षांपूर्वी मुंबईत उपलब्ध होणारी साधने आणि जीवनपद्धती ग्रामीण भागापर्यंत येण्यास चार–पाच वर्षांचा कालावधी जात असे. आज यासाठी काही महिनेच थांबावे लागते.

यात काही अनिष्ट गोष्टींचा प्रसार वेगाने होत असला तर काही उपयुक्त आणि हितकर गोष्टीही वेगाने सर्वदूर प्रसारित होत आहेत. याचा सर्वसामान्यांच्या जीवनपद्धतीवर अनुकूल परिणाम होत आहे.

याचा उपयोग आरोग्यविषयक समजुती, बोलण्याच्या पद्धती, संधीची उपलब्धता, नागरी जीवनविषयक सवयी या साऱ्यांवरच कमी अधिक प्रमाणात होत आहे. याचे काही तोटे असले तरी समाजजीवन सर्वसाधारण समान ध्येयाच्या दिशेने वाटचाल करू लागले आहे हे या वाहिन्या आणि दूरदर्शनचे यश मानावे लागेल.

काड्यापेटीचा वापर कशासाठी करावा? याचे उत्तर वापरणाऱ्याच्या मानसिकतेत दडलेले असते. काडीने आग लावली याचा दोष काड्यापेटीचा शोध आणि प्रसार करणाऱ्याला देऊन चालणार नाही. तोच प्रकार या मराठी वाहिन्यांबाबतही खरा आहे.

या माध्यमाचा वापर आम्ही किती जबाबदारीने करतो . करमणुकीचा दर्जा, तिची गरज याचबरोबर प्रबोधन आणि लोकशिक्षण यासाठी या माध्यमांचा वापर केला गेला तर समाजाचे चित्र अनुकूल रीतीने बदलण्यास हे माध्यम उपयुक्त ठरू शकते. याचे भान याचा वापर करणाऱ्यांनी ठेवले तर हे माध्यम अनुकूल सामाजिक बदल घडवू शकते.